AF833251

நினைவுகளில் தொங்கும் நீர் ஊஞ்சல்

நினைவுகளில் தொங்கும் நீர் ஊஞ்சல்

ஓட்டமாவடி அறபாத் (பி.1970)

கிழக்கிலங்கை ஓட்டமாவடியைப் பிறப்பிடமாகக்கொண்ட அறபாத் அவர்கள் கலைப்பட்டதாரியும் பயிற்றப்பட்ட மௌலவியும் ஆவார். தற்போது அரசுப் பணிபுரிந்து வருகிறார். இவரது முதல் சிறுகதைத்தொகுதி 'நினைந்தழுதலு'க்கு விபவி விருதும் 'உடைந்த கண்ணாடிகளில் மறைந்திருக்கும் குருவி' சிறுகதைத் தொகுதிக்கு இலங்கை அரசின் சாஹித்யமண்டலச் சான்றிழும் கிழக்குமாகாண சபையின் விருதையும் வென்றவர்.

கவிதை, கதை, கட்டுரை என பல்வேறு துறைகளில் இயங்குபவர். இதுவரை பதினொரு நூல்களை எழுதியுள்ளார்.

2015 முதல் இலங்கை அரசின் 11ஆம் ஆண்டு தமிழ்ப்பாட நூலில் இவரின் சிறுகதை 'மூத்தம்மா' இடம்பெற்றுள்ளது.

மனைவி : சுஹா

குழந்தைகள் : உமைர் ஹம்தான், ஷைத் அம்மார், அமாராசிரீன், அம்ராஷெரின்

மின்னஞ்சல் : *arafathzua@gmail.com*

அலைபேசி : 0777761479

வாட்சாப் : 0719493939

ஓட்டமாவடி அறபாத்

நினைவுகளில் தொங்கும் நீர் ஊஞ்சல்

காலச்சுவடு பதிப்பகம்

அன்பார்ந்த வாசகருக்கு, வணக்கம்.

காலச்சுவடு நூலை வாங்கியமைக்கு நன்றி.
நூலின் உள்ளடக்கம், உருவாக்கம், அட்டைப்படம் இன்ன பிற அம்சங்கள் பற்றிய உங்கள் கருத்துகளையும் ஆலோசனைகளையும் காலச்சுவடு வரவேற்கிறது. தகவல், எழுத்து, வாக்கியப் பிழைகள் தென்பட்டால் கட்டாயம் தெரிவித்து உதவுங்கள். நூல் தயாரிப்பில் கடும் குறைபாடு இருப்பின் மாற்றுப் பிரதி உங்களுக்குக் கிடைக்க காலச்சுவடு ஏற்பாடு செய்யும்.

மின்னஞ்சல்: publisher@kalachuvadu.com
காலச்சுவடு நாகர்கோவில் தலைமையகத்துக்கும் கடிதம் அனுப்பலாம்.

தங்கள்
எஸ்.ஆர். சுந்தரம் (கண்ணன்)
பதிப்பாளர் – நிர்வாக இயக்குநர்

நினைவுகளில் தொங்கும் நீர் ஊஞ்சல் ❖ நினைவுக் குறிப்புகள் ❖ ஆசிரியர்: ஒட்டமாவடி அறபாத் ❖ © சாஹுல் ஹமீத் முஹம்மது அறபாத் ❖முதல் பதிப்பு: டிசம்பர் 2017 ❖ வெளியீடு: காலச்சுவடு பப்ளிகேஷன்ஸ் (பி) லிட்., 669, கே.பி. சாலை, நாகர்கோவில் 629001

காலச்சுவடு பதிப்பக வெளியீடு: 808

ninaivukaLil tonkum niir uuncal ❖ Reminisces ❖ Author: Ottamaavadi Arafath ❖ © Sahul Hameed Mohammed Arafath ❖ Language: Tamil ❖ First Edition: December 2017 ❖ Size: Demy 1 x 8 ❖ Paper: 18.6 kg maplitho ❖ Pages: 160

Published by Kalachuvadu Publications Pvt. Ltd., 669, K.P. Road, Nagercoil 629001, India ❖ Phone: 91-4652-278525 ❖ e-mail: publications @kalachuvadu.com ❖ Wrapper printed at Print Specialities, Chennai 600014 ❖Printed at Mani Offset, Chennai 600077

ISBN: 978-93-86820-28-0

12/2017/S.No. 808, kcp 1924, 18.6 (1) KLL

திருகோணமலை மறை மாவட்ட குரு முதல்வர்.
வண. T. கிங்ஸ்லி றொபர்ட் அவர்களுக்கு

முன்னுரை

உந்திச் செல்லும் நீர் ஊஞ்சல்

காலத்தின் மென்சிறகில் அமர்ந்தபடி திரும்பிப் பார்க்கையில் வாழ்க்கை அவ்வளவு எளிதாக இல்லை. எழுத்து ஊழியத்தில் சில இறகுகளை வரைவதன் மூலம் மனம் ஆசுவாசப்படுகிறது என்பது என்னவோ வாஸ்தவம்தான்.

இந்த எழுத்தின்மூலம் என் நாற்பது வருட கால அனுபவங்களைப் பகிர்ந்திருக்கிறேன். பால்ய காலத்தில் வறுமையும் புறக்கணிப்பும் கற்றுத்தரும் பாடங்களைப் போல் வேறொன்றும் சிறந்த ஆசானாக இல்லை என்பதை இந்தச் செழிப்பான காலத்தில் கற்றிருக்கிறேன்.

இத்தொடர் 50 அத்தியாயத்துடன் முற்றுப் பெறுவதால் இவ்வளவுதான் அனுபவங்கள் என்றில்லை. நிரம்பித் ததும்பும் வாழ்வெனும் ஆழ்கடலின் சில துளிகளே இவை. எஞ்சியவை ஆடுவதற்குக் காத்திருக்கின்றன.

எங்கள் தேசம் பத்திரிகையில் இதனை எழுதுமாறு உற்சாகப்படுத்தி அழைத்துச்சென்ற நண்பர் பசீர் அலி, இந்த நூலின் வருகைக்குப் பின்புலமாய் நின்று உற்சாகமூட்டி, பின்னட்டைக் குறிப்பெழுதிய மதிப்பிற்குரிய எஸ்.எல்.எம். ஹனீபா ஹாஜியார், நண்பர் கவிஞர் எஸ். நழீம், மெய்ப்புப் பார்த்துதவிய கவிஞர் வி.ஏ. ஜுனைத் ஆசிரியர், தட்டச்சுச் செய்த சினாஸ் முஹம்மத், நண்பர் சிஹாம் (தேசிய நூலக சபை); இந்தத் தொகுப்புவெளிவருவதில் ஆர்வமூட்டிய நண்பர் கவிஞர் கருணாகரன் (கிளிநொச்சி), கவிஞர் அனார், அட்டைப்படத்தினை வடிவமைத்த நண்பர்

றஷ்மி, பின்னட்டைப் புகைப்படத்தினைக் கிளிக் செய்த ‘டிஜிடல்வே’ இத்ரீஸ், இவர்களுடன் நூலை வெளியிடும் காலச்சுவடு பதிப்பகத் திற்கும் என் அகம் குளிர்ந்த நன்றிகள்.

பிள்ளைகள் என்ற பெருங்கடலின் பேரிரைச்சலை வென்று நான் ஆடும் ஊஞ்சலை நிறுத்திவிடாது ஊஞ்சலை உந்தி விட்டு நினைவுகளைச் சரமாகக் கோத்து வழங்க எனக்குத் துணையாகயிருந்த என் வாழ்க்கைத் துணை சுஹாவுக்கும், இதனை ஆட்டுவித்த இறைவனுக்கும் நன்றிசொல்லக் கடமைப் பட்டிருக்கிறேன்.

இந்நூல் வெளிவர ஆர்வமூட்டிய, ஆலோசனை வழங்கிய அனைவரையும் நெகிழ்வுடன் திரும்பிப் பார்க்கிறேன்.

ஸ்ரீலங்கா **அறபாத்**

28.7.2017

1

இத்தொடரில் என் குதியான் பருவத்துக் குஞ்சு நினைவுகள் சிலதை மீட்டிப்பார்க்கும் எண்ணமுண்டு. வாழ்வின் சாசுவதம் என்பது அசை போடுதல்தானே !

நினைவுப்படிகளில் தேங்கி நிற்கும் ஒரு சொட்டு நீரும் திரும்பிப்பார்க்கையில் என்னமாய்த் தகதகவென்று ஜொலிக்கிறது.

இதில் விபரிக்கும் சில காட்சிகள், மாந்தர்கள் என் சிறுகதைகளிலும் வந்துபோயிருக்கின்றார்கள். கூறியது கூறல் குற்றம் கண்டுபிடித்து என்னைக் கூண்டிலேற்றி விசாரிக்க வேண்டாமென எழுத்தின் பெயரால் கௌரவ விமர்சகர்களைக் கேட்டுக் கொள்கின்றேன்.

நான் பிறந்து வளர்ந்த மண்வீட்டை நினைத்துப் பார்க்கிறேன். இரண்டு அறை. ஒரு நீண்ட வராந்தா. வரிச்சுகளால் பின்னப்பட்டுக் களிமண்ணால் நிறைக்கப்பட்ட சுவர்.

கிடுகு வேயப்பட்ட முகடு. முற்றத்தில் பெரிய மாமரம். சற்றுத்தொலைவில் கிணறு. கிணற்றைச் சூழவும் கமுகு மரங்கள். தண்ணீரள்ளத் துலா. வீட்டைச் சுற்றி அடைக்கப்பட்ட கிடுகு வேலி. அக்கம் பக்கம் சாச்சிமார்களும் மூத்தம்மாவும் ஒவ்வொரு வீட்டிற்கும் போய்வர கோடியில் ஒரு நுழைவு வாயில்.

1978இல் அடித்த சூறாவளி எங்கள் வீட்டையும் அடித்து நொறுக்கியது.

வியாழன் இரவு ஆரம்பித்த காற்று வேகம் கொண்டு மூர்க்கமானது. தென்னை மரங்கள் தலை விரித்தாடின. இடிமின்னல் வேறு அச்சுறுத்தியது. குடிசைகளை அநாயசமாக அள்ளிக்கொண்டு

ஆகாயத்தில் சுற்றிவிட்டுப் பூமியில் தொப்பெனப் போட்டது காற்று. கூரைத் தகரங்கள் ஜிவ்வெனப் பறப்பதைப் பார்த்தபடி நின்றோம்.

பள்ளிவாயல் ஒலிபெருக்கிகள் அலறித்துடித்தன. ஆபத்து ஆபத்து பொதுமக்கள் பள்ளிக்கு வாருங்கள் என்று கூவின. நேரம் செல்லச்செல்ல காற்றின் வேகம் ஊழித்தாண்டவமாடிற்று. எங்கள் வீட்டின் கிடுகுகள் இறகுகள் உதிர்வதைப்போலக் கழன்று பறந்தன. சருகுகளைப்போல் தென்னையோலைகளும் பச்சையாகப் பிடுங்கப்பட்டு பறப்பதைப் பார்த்தேன்.

வராந்தைக்குள் இருந்தவர்கள் உள்ளறைக்குள் சென்று ஒடுங்கிக்கிடந்தோம். அந்த அறைக்குள்ளும் மண் திட்டுகள் கழன்றுவிழ அடுத்த அறைக்குள் வாப்பா மாற்றினார். சற்று நேரத்தில் அதுவும் கரையத்தொடங்க அயல்வீடு முஸ்தபா போடியாரின் வீடு. எங்கள் பகுதியில் அதுதான் கல்வீடு. வாப்பா நெல்லுக்கட்டும் வெற்றுச்சாக்கை தலையில் போட்டுக் கொண்டு ஒவ்வொருவரையும் மூடிக்கொண்டு அந்த வீட்டில் கொண்டுபோய்விட்டார்.

அதிகாலைக்குச் சற்றுமுன் புயல் தன் கடமையை முடித்துக் கொண்டு அயர்ந்து தூங்கியிருக்க வேண்டும். அழிக்கப்பட்ட தெருவுக்கு நாங்கள் அச்சத்துடன் வந்தோம்.

எங்கள் வீடிருந்த இடத்தில் மண் திட்டுகள் குவிந்திருந்தன. வளவு, மரங்கள் முறிந்து காடு போல் காட்சி தந்தது. இடிவிழுந்த தென்னைகள் கருகிக் கழுத்து முறிந்து தொங்கின. கிளிகளும் காகங்களும் மாமரத்திலிருந்து செத்து விழுந்திருந்தன. கிழக்கின் புயல் பல ஊர்களை இப்படித்தான் தின்றுவிட்டுச் சென்றிருந்தது.

பிரதான வீதியாலோ உள்வீதியாலோ வாகனங்கள் செல்ல முடியாத நிலை. சூறாவளி அடித்து நொறுக்கிய உடல்களைத் தேடியெடுத்து அடக்கம் செய்வதிலும் பாதையில் குறுக்கே விழுந்து கிடக்கும் மரங்களை அகற்றுவதிலும் ஊர் ஈடுபட்டிருந்தது.

சந்துபொந்தெல்லாம் நானும் தம்பியும் சுற்றினோம். அழிவின் இழப்புப் புரியாத வயது. வேடிக்கையாகவும் வினோதமாகவும் இருந்தது. பாடசாலைக்குச் செல்லமுடியாது என்ற பேருவகை வேறு களிப்பூட்டியது. ஊரே அழிந்து கிடந்தது.

எல்லோரும் முற்றத்தில் அழுதபடி குந்தியிருப்பதைக் கண்டோம். விழுந்துகிடந்த மாம்பிஞ்சுகளைப் பொறுக்கித் தின்றபடி கால்போன திக்கில் நடந்து ஈற்றில் பாடசாலை

மைதானத்திற்கு வந்தோம். நாம் வருவதற்குமுன் ஊரே கூடி நின்றது. பாடசாலை களஞ்சியசாலையில் அடைத்துவைக்கப்பட்டிருந்த பிஸ்கட்டுக்கள், சத்துமாவுப் பொதிகள் சிலரின் கரங்களில் இருப்பதைக் கண்டோம்.

களஞ்சியசாலை புயலில் உடைந்ததா அல்லது உடைக்கப் பட்டதா அறியோம். எனினும் என் வகுப்புத்தோழன் ஒருவன் ஒரு சுரங்கை பிஸ்கட்டுக்களைக் கையில் திணித்துவிட்டு ஓடினான். மதிய உணவுக்கு அக்காலத்தில் ஐம்பதுசத உருவிலான பிஸ்கட்தான் தருவார்கள்.

கைகொள்ளாத பிஸ்கட்டுக்கள் அதன் நறுமணமும் மொறுமொறுவும் தூக்கல். நாங்கள் பிஸ்கட் வாரச்சீட்டுப் போடுவதுமுண்டு. முறைவைத்து சீட்டுக் குலுக்கி பத்து பிஸ்கட்டுக்கள் தலைக்குச் சேகரித்து ஒருவருக்கு வழங்கப்படும்.

'ஹெலி'யில் பான்* போடுவதாகப் பொடியன்மார் கூவிக்கொண்டு மைதானத்தில் நின்று வானத்தைப் பார்த்துக் கொண்டிருந்தனர். அது பொய்யில்லை நிஜமாகவே வானத்தி லிருந்து பான் மழை பொழிந்தது.

மாபெரும் கூட்டத்திற்குள் வாண்டுகளான எங்கள் கைகளில் எப்படி இந்தப் பான் சிக்குப்பட்டது என்பது இன்னும் அவிழ்க்கப்படாத புதிர்.

---

* பிரட்

2

சண்டைசச்சரவற்ற ஆனந்த வாழ்க்கை. ஒரு வீட்டிலிருந்து வரும் கறிக் கோப்பை இன்று பத்துப்பேருக்குப் போதுமானது.

உம்மா அவவின் மச்சி முறையான ராவியாப் பெரியம்மாவிடம் குர்ஆன் ஓதுவதற்குப் கொண்டு போய் விட்டா. ஊரில் பெரும்பாலானவர்கள் அவவிடம் 'அலிப்பே' கற்றிருப்பார்கள். குர்ஆன் மீதான வெறுப்பைப் பிஞ்சு மனங்களில் சின்ன வயதிலிருந்தே விதைப்பதில் பல பின்புலங்களை இனங்கண்டிருந்தேன். ஒன்று ராவியாப்பெரியம்மா விடம் இருந்த குற்றி. சங்கிலியால் பிணைக்கப்பட்ட அதில் காலைக் கட்டிவிட்டால் ஓடாமலிருந்து குர்ஆன் ஓதுவார்கள். பெரிய 'தலை தெறிச்சவர்' களுக்குத்தான் இந்தக் குற்றி; மற்றது பிரம்பு; மூன்றாவது சதா கொலை வெறியுடன் அலையும் சில லெப்பைமாரும் சில மௌலவிகளும்.

எங்கள் வீட்டின் முன் தரிசாகக் கிடந்த வெற்றுக் காணியில் குர்ஆன் மதரசா ஒன்றைக் கட்டுவதற்கான முஸ்தீபுகள் நடைபெற்றுக்கொண்டிருந்தன. ஹனீபா மௌலவி அதைக் கட்டினார் சீனிச் சுருளும் சந்தணக்குச்சியும் கற்கண்டும் மிளகும் காணிக்கையாகத் தந்து உம்மா 'ஓதுர பள்ளிக்கூடத்' தில் சேர்த்துவிட்டா.

அன்று அதுதான் வழமை. குர்ஆன் மதரசாவில் சேர்த்து ஓதிமுடித்து வெளியேறுவதற்குள் ஒவ்வொரு ஜுஸ்வுக்கும் மௌலவிமார்களுக்கு ஹதியா கொடுத்தனுப்புவதும் ஒரு பர்ளு* போல பின்பற்றப் பட்டது.

---

* அவசியம் செய்ய வேண்டிய கிரியை

ஆறு மாதத்தில் குர்ஆனை ஓதி முடித்தாயிற்று. மௌலவியை வீட்டுக்கழைத்து பாதிஹா* ஓதி, சாப்பாடும் கொடுத்துப் பெரிய காணிக்கையும் கொடுத்தார்கள். வெளியேற்று விழாவில் அவர் எழுதித்தந்த சொற்பொழிவை மனனமிட்டுத் தொண்டை கிழியக் கத்தினேன். மீரா சவுன்ட் ஸ்பீக்கரில் அது ஊருக்கெல்லாம் போய்ச் சேர்ந்தது. எனது சாச்சியை மட்டும் அந்தப் பயான் சென்று சேரவில்லை.

அவவின் அன்பான வேண்டுகோளுக்கிணங்க மறுபடியும் மேடைக்கழைத்து அதே ஆவேசம் ததும்பிய பேச்சு. மீரா சவுன்ட் ஸ்பீக்கர் தாபனத்தாரின் குழல் அடைப்புகள் அன்றுடன் நிவர்த்தியாகிருக்கலாம், யார் கண்டார்!

விழா முடிந்த கையுடன் மௌலவி உச்சவடக் கல்லுக்கு சுற்றுலா கூட்டிப்போனார். ஓர் அதிகாலை 'ட்ரக்டர்**' வந்து மதரசா முற்றத்தில் நின்றது. விடிய விடியத் தூங்காத நாங்கள் குய்யோகுய்யோவென்று கும்பலாக மெசினில் ஏறிக்கொண்டோம். கிடாரம், சட்டிபானை சகிதம் வாப்பாமார்கள் எல்லாம் ஒரு மெசினில்.

மெசின் கிளம்பும்போது தேய்பிறை அடிவானத்தில் மின்னியது. வயலுக்குச் செல்லும் வண்டில்கள், சைக்கிள்களை நாங்கள் முந்திச் செல்கையில் ஒரு குய்யோ. மௌலவி அதட்டினார். 'பைத்த' படிங்க என்றார். அவர் யா நபி ஸலாம் அலைக்கும்... அடி எடுத்து முடிப்பதற்குள் நாங்கள் யா ஹபீபில் தொடங்கி முழு பைத்தையும் பாடி முடித்தோம்.

'அல்லாஹுவு காலிகுணாவை' பைசால் தொடங்கினான். கோரஸாக குணாகுணா என்று வாண்டுகள் கூச்சலிட்டன. இஸ்ஸதீனுடன் நானும் பைசாலும் அடுப்புக்கல்லாக மெசின் பெட்டிக்குள் இருந்தோம்.

இஸ்ஸதீன் எங்களுக்கு மட்டும் கேட்குமாற்போல் 'உங்கம்மா உன்னப்பெத்தா எங்கம்மா என்ன பெத்தா மவ்லாகி மன்னப் பெத்தா' என்றான். மூவரும் உரத்துச் சிரித்தோம். சிரிப்புக்குக் காரணம் இருக்கவில்லை. சும்மா சிரிப்பு வெடிக்கும். வீதியில் நிற்கும் மாடுகள் வாலைக்கிளப்பி சாணமிட்டாலும் சிரிப்பு. கன்றுக்குட்டி முலையை இடித்துஇடித்துக் குடிப்பதைக் கண்டாலும் சிரிப்பு. நாயைக் கண்டாலும் சிரிப்பு. இப்படிச்

---

* ஒரு நற்காரியத்தை ஆரம்பிக்கும் முன்னர் தர்காவை பின்பற்றுபவர்களால் உச்சரிக்கப்படும் பிரார்த்தனைகள்

** உழவு இயந்திரம்

சிரிப்புக்குப் பஞ்சமிருக்கவில்லை. மௌலவியின் தாடியைப் பார்த்தும் சிரிப்பு வந்தது.

மௌலவி என்னடா என்றார். ஒன்றுமில்லை என்பது போல் அவன்தான் குணாகுணாவென்று கூட்டத்துடன் இணைந்து கத்தினான்.

'உச்சவடக்கல்லு சியாரம்' என்பது வாகநேரிக்குளத்துடன் பொருதி நிற்கும் மலையடிவாரத்திலுள்ளது. மலையின் உச்சியில் சேர்குட் பங்களா. ஒரு ஹோட்டலும் இருந்தது. வெள்ளைக்காரர்கள் வந்து தங்கிப்போவார்கள். குளத்தில் படகு சவாரியும் உண்டு.

பிற்காலத்தில் அது புலிகளின் வாசஸ்தலமாக இருந்தது. தற்போது இராணுவத்தின் படைப்பிரிவொன்று மலையுச்சி பங்களாவில் நிலைகொண்டுள்ளது. முஸ்லிம் மக்களின் வயல் நிலங்கள் அதிகமுள்ள இடம் முள்ளிவெட்டவான், வாகநேரிப் பகுதிகள்.

மீன் பிடித்தொழில், கல்வாடி, சேனைப்பயிர்ச் செய்கை, விவசாயம் என பெரும்பாலான முஸ்லிம்களின் ஜீவனோபாயங் களின் உறைவிடமாக இந்தப்பகுதி இருந்தது. உச்சவடக்கல்லு சியாரத்திலிருந்து கூப்பிடு தூரத்தில் மில்க்போர்ட் (பால் சேகரிப்பு நிலையம்) இருந்தது. நசீர் மச்சான் மேனேஜராக இருந்தார்.

ஹனீபா மௌலவி எங்களையெல்லாம் இறக்கி சியாரத்தைச் சூழவும் நிற்பாட்டி பாதிஹா ஓதினார். சியாரத்தின் தலைப்பக்கம் ஒரு உண்டியல் இருந்தது. எட்டிப் பார்த்தேன். சில்லறைக்காசுகள் தேங்கிக்கிடந்தன. பாதிஹா ஓதுற ஆட்கள் மட்டும் எடுக்கலாம். மற்ற ஆட்கள் எடுத்தா கை அழுகிப்போகும். ஒரு வயதானவர் சொன்னார். மௌலவியின் முகத்தில் முழு நிலவைக் கண்டேன்.

நானும் பாதிஹா மனனம் செய்ய வேண்டுமென்ற ஆசை வந்தது. கபுறு வணக்கத்தின் விபரீதம் புரியாத வயது. (பிற்காலத்தில் அவ்லியாக்களால் ஒன்றும் செய்யமுடியாது என்ற பேருண்மைப் புரிந்தவுடன் சில்லறைகளைப் பாதிஹா ஓதாமலே அள்ளிச்சென்றோம்.) உச்சவடக்கல்லு மலைச்சரிவின் குளத்திலிறங்கி கும்மாளமிட்டது இன்னும் நீங்காத முதல் குளத்து நீச்சல்.

நீர் மூக்கினுள் உட்சென்றுவிடாமல் விரல்களினால் மூக்கைப் பொத்தியபடி நீரில் மூழ்குவதும் தாப்புக்காட்டுவதுமாக பகல்பொழுதுகள் கழிந்தன. உடுத்தியிருந்த சாரத்தை விரித்து சிறிய

மீன்களைப் பிடிப்பதும், குளத்தில் விடுவதுமாக இருந்தோம். பாசி படர்ந்த குளத்தில் இறங்கிச்சரிந்த பாறைகளில் வழுக்கிவிழுந்து நீரில் மிதந்தோம். பிரமாண்டமான இந்தக் குளம் என்னுடைய பிற்கால வாழ்க்கையின் அச்சாணியாக இருந்தது.

சியாரத்தை அண்டி எங்களுக்கான உணவு தயாரிப்பதில் வாப்பாமார்கள் மும்முரமாக இருந்தார்கள். தேக்க இலையில் ஆவி பறக்க உணவு உண்டது அமிர்தம். சுற்றியிருக்கும் வேடுவ இன மக்களும் இலைகளுடன் வந்துவிட்டனர். பெரியவர்கள் அந்த இலைகளில் சோற்றையும் கறியையும் அள்ளி ஊற்றினார்கள். முதுகை வளைத்து வணக்கம் சொல்லிவிட்டுப் போனார்கள். முஸ்லிம் ஆக்கள் கவுரடிக்கு வந்தா எங்களுக்கு நல்ல சோறு கறி என்றார்கள். முகங்களில் மலர்ச்சியும் திருப்தியும்.

மாலை ட்ரக்டரில் ஏற்றப்பட்டு மறுபடியும் அதே பாட்டு, சளைக்காத கூச்சல்களுடன் வீட்டுக்கு வந்தோம்.

3

இளமைக்கால ட்ரக்டர் பயணம் என்றவுடன் நினைவில் சட்டென எழுவது எங்களது கத்னா ஊர்வலம்.

உம்மாவும் வாப்பாவும் சொந்தபந்தம் அயலவர்கள் எல்லோருக்கும் அழைப்பு விடுத்தனர். சூறாவளி அடிப்பதற்கு முதல் மாதம். மூத்தாப்பா* தன் பங்குக்கு ஒரு நாம்பனை வீட்டு முற்றத்தில் கட்டியிருந்தார். அரிசியும் துணைக்கறிகளும் மாமாமார்கள் கொண்டு வந்திருந்தனர். வெற்றிலைபாக்கு வகையறாக்களை வாப்பாதான் வாங்கிவந்தார். திகதி குறிக்கப்பட்ட வியாழன் மாலை, சுன்னத்து செய்வது என நிச்சயிக்கப்பட்ட அன்றைய காலை எனக்கும் தம்பிக்கும் கரிநாட்கள்.

அதிகாலையில் கிணற்றடியில் கொண்டுபோய் உம்மாவும் சாச்சிமாரும் தண்ணீரை அள்ளியள்ளி இரண்டு பேருக்கும் ஊற்றினர்; புதிய ஆடைகள் அணிவித்தனர். வெள்ளைச் சாரனும் குங்குமக்கலரில் இரண்டுபேருக்கும் சேர்ட், தொப்பி.

காலையில் ஓட்டமாவடி பெரிய பள்ளிக்கு அழைத்துச்சென்று வாப்பா சில்லறைகளைத் தந்து உண்டியலில் போடச்சொன்னார். மௌலவி வந்து பாதிஹா ஓதியபின் ஊர்வலம் ஆரம்பமானது. பைத் படிப்பதற்கென லெப்பையும் மோதினாரும் ஏறிக்கொண்டனர். அலங்கரிக்கப்பட்ட மெசின் பெட்டிற்குள் நான்கைந்து கதிரைகள். மாப்பிள்ளைமார் நாங்களும் குடைபிடிக்க ஒருவரும். கழுத்து நிறைய சருகுத்தாள் மாலை. ஊர்வலம் ஊர்முழுக்கச் சுற்றி ஈற்றில் பகல்நேரம் வீட்டில் முடிய வேண்டும்.

---

* பாட்டன் – தாயின் அப்பா

ஊரார்கள் விருந்துக்கு வந்திருந்தனர். வட்டாவில் வெள்ளை விரித்து வெற்றிலை வகையறாக்கள் இருந்தன. பந்தலின் கீழ் குருத்து மண் கொட்டப்பட்டிருந்தது. பொரியலும் விருந்தும் மணக்கமணக்க (சுன்னத்து) மாப்பிள்ளைமார்களுக்கு விருந்துப் படையல் நடைபெறும். உணவு தொண்டைக்குள் அடைபட்டு நின்ற முதற்தருணம் அதுதான்.

மாலை 'ஒய்த்தா மாமா' வந்துவிட்டாரென்ற செய்தி காற்றிலேறி எம் காதுகளுக்குள் தீயாய் விழுந்தது. பகலுணவுக்குப் பின் வீட்டின் ஓர் அறையில் எங்களை அடைத்துவைத்துக் காவலிருந்தனர். சில பிள்ளைகள் ஓடிஒளித்து விடுவதால் இந்த முன்னேற்பாடு.

நடு வராந்தாவில் பெரிய உரல் தலைகீழாக வைக்கப் பட்டிருந்தது. அதை வெள்ளைத்துணியால் மூடிவைத்திருந்தனர். பாவாமார்கள் உரலைச்சுற்றி ரபானுடன் காத்திருந்தனர். அவர்களின் பணி சுன்னத் மாப்பிள்ளையை உரலில் ஏற்றும்போது தொடங்கும். ஹழரா*வை உச்சஸ்தாயில் நிறுத்திவைத்து முடிக்கும் போது உஸ்தா மாமா கைகளைக் கழுவ வெளியே போவார். வாப்பா ஸ்பீக்கர் எடுக்கவில்லை. சில போடிமாரின் பிள்ளைகளுக்குச் சுன்னத் செய்வதென்றால் ஏழுநாளும் ஸ்பீக்கர் கூவும்.

பலியிடும் தருணத்திற்காகக் காத்திருக்கும் ஆடுகள் போல் தம்பியும் நானும் வீட்டு அறைக்குள் ஆளையால் அச்சத்தில் பார்த்தபடி இருந்தோம். சாச்சா வந்து என்னை முதலில் கிணற்றடிக்கு கொண்டுபோய் தண்ணீரை ஊற்றிக் குளிக்கச் சொன்னார்.

தலையை நனைக்காமல் கழுவியபின் வெள்ளைத்துணி ஒன்றைத் தந்து கட்டச்சொன்னார். வேட்டிபோல் சுருட்டிக் கொண்டேன். தம்பியையும் அப்படியே செய்தார்கள். உரலுக்கு நடத்திச்செல்லுகையில் அழுகை வெடித்துவிட்டது. மாமா அதட்டினார்.

உரலில் இருத்தி கால்களிரண்டையும் ஒருவர் பிடிக்க கைகளை இன்னொருவர் பிடிக்க கழுத்தையும் பின்னிருந்து ஒருவர் திருப்ப ஹழரா ஆரம்பமானது. சுன்னத் செய்பவர்களின் வேதனைக்குரல் மற்றவர்களுக்குக் கேட்காமலிருக்க ஹழராவின் தொனி உயர வேண்டும்.

ஒய்த்தா மாமா கைகளைக் கழுவிக்கொண்டு 'ஆள் என்ன கஷ்டம்' என்றார். அலாக்காகத் தூக்கிப்போய் உள்வீட்டிற்குள்

---

* சூபி முஸ்லிம்களின் வணக்க வழிபாடுகளில் ஒன்று

படுக்க வைத்து மச்சான் விசிறியால் வீசினார். உம்மாவும் வாப்பாவும் கண் கலங்கியபடி வந்து பார்த்துவிட்டுச் சென்றனர்.

மூத்தம்மா மட்டும் தலைமாட்டில் குந்திக்கொண்டு தலையைத் தடவினார். சற்று நாழிகைக்குப்பின் தம்பியையும் அலாக்காகத் தூக்கிவந்து பக்கத்தில் படுக்க வைத்தார்கள். ஹழரா நின்று வீடு களை கட்டியது.

கிழக்கின் சுன்னத் வீடுகள் அக்காலத்தில் களை கட்டியிருக்கும். சிலர் 'விருத்த சேதன அழைப்பு' கொடுப்பதுண்டு. உறவினர் தெரிந்தவர்களின் வீடுகளுக்குச் சென்று அழைப்பு விடுப்பர். அழைக்கப்பட்டவர் விருந்துக்கு வரும்போது அன்பளிப்புகளும் கொண்டுவருவர். பெரும்பாலும் பணம்தான் கொடுப்பார்கள். கடிதஉறையில் வைத்து சுன்னத்து மாப்பிள்ளையின் உம்மாவின் கையில் பொத்திவிட்டு விடைபெறுவர். கூடிய தொகை வைத்தவர்கள் கடிதஉறையில் உள்ளே தங்கள் பெயரை எழுதியிருப்பர். இது மொய்யை நிகர்த்த வழமை. தற்போது இதில் எந்தப் பழக்கமும் மரபும் இல்லாமல் அருகிவிட்டது.

7வது நாள் 'அசரு*' கழற்றும் வரையும் திருமண வீடுகள் கலகலப்பாக இருக்கும். வாடகைக்கு லைட் மெசின் எரியும். கலர்கலரான பல்புகள். பந்தலில் வெற்றிலை வட்டா சகிதம் 103 விளையாட ஆட்கள் குழுமியிருப்பார்கள். சதா தேநீரும் பலகாரமும் உணவும் பரிமாறப்பட்டுக்கொண்டிருக்கும். காயத்தைப் பிள்ளைகள் காலால் உதைத்து விடுவார்கள் என்பதற் காகச் சுன்னத்து வைக்கப்பட்டவர்களின் படுக்கையருகே முறைவைத்து விடியவிடிய ஆட்கள் விழித்திருப்பர். முகட்டில் உயர்த்திக்கட்டிய வெள்ளைத்துணிகூட காயத்தில் பட்டுவிடக் கூடாது என்பதில் மிகுந்த எச்சரிக்கை.

---

* வெட்டுக்காயத்திலிருக்கும் தழும்பு

4

சுன்னத்து வீடுகளில் காவலிருப்பவர்கள் தூங்கக்கூடாது. மீறித் தூங்கிவிட்டால் விழித் திருப்பவர்கள் அவர்களுக்குச் செய்யும் சில்மிசங்கள் நகைப்புக்கிடமானவை. சுன்னத்து மாப்பிள்ளைக்குக் கட்டுவதைப்போல் வெள்ளைத்துணியால் தூங்குகின்ற பெரியவர்களுக்கும் கட்டிவிட்டு ஒருவர் வீச மற்றவர் கால்களை பிடித்துக்கொண்டிருப்பர். முகத்தில் சுண்ணாம்பால் குத்தி வேடிக்கை பார்ப்பதுமுண்டு. கூடியிருந்து பெண்கள் சிரிப்பார்கள். கண்விழித்ததும் அசடு வழியச் சிலர் ஓடுவதுமுண்டு. சிலர் சண்டையிட்டுக்கொண்டு போவதுமுண்டு. சில நேரங்களில் வேடிக்கைகள் வினையிலும் பகையிலும் முடிவதுமுண்டு.

சுன்னத்து வைத்திருப்பவர்களுக்குத் தாகத் திற்குத் தண்ணீர் தரமாட்டார்கள். உதட்டை நனைத்துக்கொள்ள கொஞ்சம் தண்ணீர் கிடைக்கும்; சாப்பாடும் அப்படித்தான். காயம் ஆறாது என்ற ஐதீகம். சிறுநீர் முட்டிக்கொண்டு வரும்; எழுந்து செல்வதற்குத் தடை. ஓரிரு நாட்கள் மண்சட்டி வைத்துப் பாயில் போகச்சொல்வார்கள். அப்படி யொரு பத்தியம். சுன்னத்து மாப்பிள்ளை பெயரால் வந்திருப்பவர்களுக்கு விருந்தோ விருந்து.

ஒவ்வொரு நாளும் ஒய்த்தா மாமா வந்து காயத்தைப் பார்த்து மருந்து தூவிப்போவார். வருகை தரும் நாட்களில் அவரின் கணக்கில் கனதி ஏறிவிடும். ஏழாவது நாள் தண்ணீர் ஊற்றி பெண்டேஜை கழற்றிக் குளிக்க வைப்பார்கள். அத்துடன் கலகலப்பு முடிந்துவிடும்.

பின்னர் ஒருநாள் விட்டு ஒருநாள் ஒய்த்தா மாமா மட்டும் அதைப் பார்த்து மருந்துத் தூளைக் கொட்டிவிட்டுப் போவார். விரல் நுனியால் சாரத்தைக் கிள்ளிப்பிடித்தபடி முற்றத்தில் நடை

பழகுவோம். நிலைமை சீரானதும் மறுபடியும் பள்ளிவாயலுக்கு அழைத்துப்போய் பாதிஹாவுடன் சடங்குகள் இனிதே நிறைவுறும்.

எல்லாம் சரியாக ஒரு மாதம். சுன்னத்துச் செய்யாதவர்கள் பள்ளிவாயலுக்குத் தொழுவதற்குக் கூட அனுமதி மறுக்கப்படும் சந்தர்ப்பங்களும் உண்டு. ஆசாரம் பார்க்கும் சில பெரிசுகள் இவர்களைப பள்ளிவாயலுக்குள் நுழைய அனுமதிக்கமாட்டார்கள். எனது இரண்டு ஆண் மக்களுக்கும் முறையே முப்பதாவது நாள், நாற்பதாவது நாளில் டாக்டரிடம் கொண்டு போய் சுன்னத் செய்துவிட்டு வந்தேன். அயலாருக்குத் தெரிய வந்தது இரண்டாவது நாள்.

சுன்னத்து வைத்தவர்களையும், முப்பதும் ஓதி முடித்தவர் களையும் மௌலவி விராத்துக் கத்தம் (பராஅத்)* கத்தம் ஓத அனுப்புவார். மதரசாவிலிருந்து தேர்ந்தெடுத்த ஒரு நான்கைந்து பேர் ஜோடியாக அனுப்புவது வழக்கம். நானும் நண்பர் இஸ்ஸதீனும் ஜோடி சேர்க்கப்பட்டோம். வயிற்றுப்பாடு எங்களுக்கு. வசூல் மௌலவிக்கு. இது ஊர் வழமை.

இஸ்ஸதீனும் நானும் வீடுவீடாகச் சென்று கத்தம் ஓதுரயா என்போம். அரிசிமா ரொட்டி, கொட்டப்பாணி, இறைச்சிக்கறி சாப்பிடும் வயது. சாப்பிட்டோம். ஒரே நாளில் சில வீடுகள். மாலை மௌலவியிடம் சில்லறைகளைக் கொடுத்துவிட்டுப் போய்விடுவோம்.

இஸ்ஸதீன்தான் என் பால்ய காலத்தில் நெருக்கமான தோழனாக இருந்தான்.

இப்படித்தான் யாசீன் பாவாவின் தோட்டத்திற்குள் விளையாடிக்கொண்டிருந்தோம். இப்போது பெரிய மாடி வீடுகளும் கடைத்தெருவும் கொண்ட பஜார். 'மட'** வச்சிரிக்கிரா என்றான்.

பச்சத்தண்ணி மௌலானா என்ற ஒருவர் யாசீன் பாவாவினுடைய தோட்டத்தின் கடைக்கோடியில் இருந்தார். அவரிடம் பேய்களை விரட்டும் சக்தி இருப்பதாக நம்பிய பருவம். தூரத்திலிருந்தெல்லாம் தமிழ் ஆட்களும் குறிச்சுப் பார்க்க வருவார்கள்.

அச்சிலம் (தாயத்து) போட, நூல் கட்ட, வீடு காவல் பண்ண, கழிப்புக்கழிக்க, தண்ணி ஓத என்று ஒரே கூட்டமாக

---

* ஷீஆக்களின் விஷேட தினங்களில் ஒன்று

** ஷைத்தானை விரட்ட மாந்திரீகர்களால் மந்திரித்து வீதியில் வைக்கப்படும் நைவேதியப்பொருட்கள்

இருக்கும். அவர் வீட்டு முற்றத்தில் ஒரு வேப்பமரமிருந்தது. அதன்கீழ் பலியிடுவதற்காகக் கொண்டுவரப்பட்ட கோழிகள் கால்கள் கட்டப்பட்டுத் துடித்துக்கிடக்கும். பகல் காலங்களிலும் என் வயதொத்தவர்கள் அந்த வழியே செல்வதில்லை.

கணுக்கால் புதையும் அளவிற்கு மணல் வீதி. அவர் வீட்டிலிருந்து ஒரு ஐம்பதடி தூரத்தில் கொட்டில் போட்டுத் தொழில் செய்து வந்தார். அந்த முகட்டிலிருந்து சதா சாம்பிராணிப் புகை கிளம்பிக்கொண்டிருக்கும். அவர் பேயை விரட்டினாரா நாயை விரட்டினாரா? பிற்காலத்தில் அயலவர்கள் அவரை ஊரை விட்டே விரட்டினார்கள்.

இஸ்ஸதீனும் நானும் பசியை விரட்டினோம். ‘மட’யில் இருக்கும் இளநீரும் வாழைப்பழமும் எங்களைக் குளிர்வித்தன. எங்களை விதியும் வறுமையும் விரட்டின.

இளமையில் வறுமை எத்துணை கொடுமை? கண்கள் நிறையக் கனவும் வயிறு நிறைய காற்றும் சுமந்து திரிந்த பால்ய காலங்கள் கொடுமையிலும் கொடுமை. அதிகாலை ஐந்து மணிக்கு மட்டக்களப்பிலிருந்து வரும் உதய தேவி வாழைச்சேனை ஸ்ரேஷனில் தரித்துப்போகும். உம்மா பனிப்புகார் விட்டுப்பிரியா முற்றத்திலிருந்தபடி என்னை வழியனுப்பி வைப்பா.

நான் கிறவல் வீதியில் மறையும் வரை அவவின் விழிகள் என் முதுகில் மொய்த்தபடி பின்தொடரும். என் தலையின் மேல் ஆவி பறக்கும் அப்பப்பெட்டி. குடும்பத்தின் வறுமையை விரட்ட ரெயில்வே ஸ்ரேஷனில் இளமைக்காலம் கழிந்தது. காலையில் ஏழு மணிக்குள் விற்றுவிட்டு வீடு வந்து குளித்து உடை மாற்றிப் பாடசாலைக்குச் செல்ல வேண்டும். மாலை மறுபடியும் வறுத்த கடலை, வடையுடன் மறுபடியும் ரெயில்வே ஸ்ரேஷன். என் சக நண்பர்களும் இதே வறுமையுடன் தண்டவாளங்களில் போராடித் திரிந்தார்கள்.

பொலனறுவையிலிருந்து வாழைச்சேனையில் தரித்து நின்ற ரெயிலில் சனக்கூட்டம் அதிகமிருந்தது. பெட்டிகளுக்குள் நாங்கள் ஏறிக்கொண்டு ஒவ்வொரு முகங்களாக ஏக்கத்துடன் பார்த்துப்பார்த்து கூவிக்கொண்டு போனோம். ஐயா வடை ... அம்மா வடை ...

வாங்கமாட்டார்களா என்ற ஏக்கம். வியாபார நெருக்கடியில் ரெயில் கூவியதும், நான் புறப்படப்போகிறேன் இறங்கிவிடுங்கள் பசங்களே என்று அலாரம் அடித்ததும் புலப்படவில்லை. கல்குடா தாண்டும்போதுதான் விபரீதம் புரிந்தது. அடுத்தது பாரதிபுரம். பின்வழியால் இறங்கி ஸ்ரேஷன் பென்ஜில்

அமர்ந்திருந்தேன். டிக்கட் இல்லாமல் பயணம் செய்தால் ஐம்பது சதம் அபராதம். அப்போது அது பெரிய தொகை. மாஸ்டரிடம் அகப்பட்டுக்கொண்டேன். அவர் பிடித்துப்போய் அவர் அறையில் அடைத்துவைத்தார்; விசாரணைகள் ஆரம்பமாகின.

காலையில் ஏழு மணிக்கு இறங்கிய என்னை 10 மணி வரை விசாரித்துவிட்டு என்ன நினைத்தாரே இனிமே டிக்கற் இல்லாம வரப்படாது. எச்சரித்து அறை டிக்கற் அவரே தந்து வாழைச்சேனைக்கு ஏற்றி விட்டார். அவரின் மனிதாபிமானம் என்னை இன்றும் மெய்சிலிர்க்க வைக்கின்றது. நிறைய வடை வாங்கிக்கொண்டு பணத்தையும் தந்தனுப்பினார்.

தண்டவாளத்தில் ஆரம்பித்த வாழ்க்கை பல்லாயிரம் வாழ்பனுவங்களைக் கற்றுத்தந்தது. என்னுடைய 'ரெயில்வே ஸ்ரேஷன்' கதை பேசப்படுவதற்கு அதில் நடமாடும் உயிர்ப் பசையுள்ள மாந்தர்களும் கதையில் மின்னும் உயிர்ப்புமே காரணம். இளமையில் அந்த அனுபவங்கள் எனக்குக் கிடைக்க வில்லையெனில் அந்தக் கதையும் காத்திரமாக வந்திருக்காது.

இப்படித்தான் வறுமை என்னைப் பிடரி நரம்போடிருந்து கொண்டு விரட்டியது. பதினெட்டு பத்தொன்பது வயது வரை தேசம்தேசமாக விரட்டியது.

அனுராதபுரம், கண்டி, கள்எளிய, கொழும்பு என அலைந்து திரிந்தேன். வாழ்க்கை விரட்டத்தொடங்கினால் விசர் நாயைப்போல் விரட்டிக்கொண்டே இருக்கும். நின்று நிதானிக்க அவகாசமிருக்காது. அந்த ஓட்டத்தில்தான் உயிர் ஊஞ்சலாடிக்கொண்டிருக்கும். இந்திய இராணுவத்திற்கும் தமிழ்த் துணைப்படைகளுக்கும், ஏன் புலிகளுக்கும் தப்பி ஓடியது நினைவை விட்டு அகல மறுக்கிறது. காடுகள், வயல்கள் கடந்து கழனிகளில் மூழ்கி எழுந்தோடிய பல கதைகள் பின்வரும் அத்தியாயங்களில் பகிரப்படும்.

5

நான் எப்போது எழுதத் தொடங்கினே னென்பது நினைவிலில்லை. வாசிக்கத் தொடங்கியது படிந்திருக்கின்றது. கடைகளின் முன்றலில் தொங்கும் விளம்பரப் பதாகைகளை எழுத்துக்கூட்டி வாசித்ததில் ஆரம்பித்தது. அவசரமாகக் கடைக்குச்சென்றாலும் நாலு கடையை அண்ணாந்து பார்த்து வாசித்து விட்டு வருவதற்கிடையில் போதும் என்றாகிவிடும். கீழே கிடக்கும் துண்டுக்காகிதங்கள், போஸ்டர்கள் அரைகுறை வாசிப்பின் தீனிகளாயின.

எனக்கு தூரத்துச் சொந்தம் பல்கீஸ் மாமி. அவவின் கையில் எப்போதும் *குமுதம்*, *ஆனந்த விகடன்* இருக்கும். தலைப்பையும் படங்களையும் பலமுறை வாசிப்பேன். மாமி அசந்து தூங்கும் தருணங்களுக்காகக் காத்திருந்து தலைமாட்டிலிருந்து புத்தகங்களை உருவியெடுத்து வாசித்ததுண்டு. எதையும் வாசிக்க வேண்டும் என்ற ஆவல் ததும்பிய வயதில் பள்ளிப்புத்தகங்கள் மட்டும் கசந்தது எப்படியென்ற வித்தை இன்றுவரை புரியவில்லை.

ஆறாம் ஆண்டில் படிப்பதற்கு என் மாமா கபூர் மௌலவியின் வீட்டிற்கு உம்மா அனுப்பி விட்டா. அவரின் புத்தக அலுமாரிக்குள் நிறைய புத்தகங்கள் கட்டுக்கட்டாக இருக்கும். பெரியபெரிய அட்டைகள். இஸ்லாமியப் புத்தகங்கள், கதைப் புத்தகங்கள். புரிந்ததோ இல்லையோ அங்கிருந்து அக்கரைப்பற்றுக்குச் செல்லும் வரை அந்தப் புத்தகங்களை வாசித்தேன்.

அப்துர்ரஹீமின் புத்தகங்கள் அங்குதான் அறிமுகமாயின. லைலா மஜ்னு, மஹ்ஜபீன் காவியம், மும்தாஜ் சாஜஹான் வரலாறு மிக இலகுவாகப்

புரிந்து கொள்ளும் மொழியில் இருந்தன. அக்காலத்தில் வாசித்ததில் மனதில் நின்ற பாத்திரங்கள் அவை.

1984, நினைவில் படிந்திருக்கின்றது. தமிழரும் முஸ்லிம்களும் இரண்டறக்கலந்து வாழ்ந்த பொற்காலம். பிட்டும் தேங்காய்ப்பூவும் என்பார்களே அதைவிடவும் நெருக்கமான உறவுக்காலம். ஒருவரோடொருவர் பின்னிப்பிணைந்து வாழ்ந்தது என்றால் மிகப்பொருத்தம்.

மாமாவின் வீட்டிலிருந்து அவருக்குத் தெரியாமல் எட்டு மைல்கள் நடந்துவந்தேன். தன்னந்தனியே வனங்களைத் தாண்டி இருட்டில் நடப்பதென்பது ஆரம்பத்தில் தெம்பாக இருந்தது. நேரம் செல்லச்செல்ல மிருகங்கள், பறவைகளின் வினோத ஒலிகளும் குளத்திலிருந்து எழும்பும் அலைகளும் உறைய வைத்தன. அச்சத்தில் பெருங்குரலெடுத்து அழுதபடியே வாப்புப்பா*வின் கடைக்கு வந்து சேரும்போது உம்மா இஷாத்தொழுகைக்கு வுழு** செய்ய செம்புடன் நின்றா.

எனது வாப்புப்பாவுக்கு ஒரு தோட்டமிருந்தது. ஐந்து ஏக்கர் விசாலமுள்ள தோட்டம். தோட்டம் முழுக்க பலா, தோடை, கொய்யா, மாதுளை, அன்னமினா*** என மரங்கள் அடர்ந்த பழமுதிர்ச்சோலை.

வலது கோடியில் சின்னதாக ஒரு ஆட்டுப்பட்டி, வகிடெடுத்து விட்டாற்போல் மையத்தில் கோழிகளின் உறைவிடம். நாட்டுக்கோழிகளின் கும்மாளம் செக்கலுக்குள் கூடடைந்து குதூகலிக்கும்.

இரவில் பாம்புகள் கோழிகளைக் குறிவைத்து வரும், பகலில் நரியும் கீரிப்பிள்ளையும். வாப்பா அடிக்கடி எழுந்து ஆட்டுப்பட்டியையும் கோழிக்கூண்டையும் லைட் அடித்துப் பார்த்துவிட்டு வருவார். அவரின் கண்ணில் மண்ணைத்தூவி விட்டு ஒரு கோழியையோ ஆட்டையோ பாம்பு தீண்டியிருக்கும். இது எப்போதாகிலும் இடம்பெறும்.

ஒரு நாள் இரவு படுத்துக் கண்ணயரும் நேரம். கோழிகளின் கூப்பாடு காதைக் கிழித்துக்கொண்டு வாடிக்குள் விழுகிறது. வாப்பா டோர்ச் லைட்டை எடுத்துக்கொண்டார். பக்கத்தில்

---

* பாட்டன் – தந்தையின் தந்தை

** முஸ்லிம்கள் தொழுகைக்கு முன் செய்யப்படும் அங்க சுத்தம்

*** சீதாப்பழம்

அயர்ந்து தூங்கிய முத்து மாமாவையும் எழுப்பிக்கொண்டார். அவர் கையில் பெரிய தடி.

கோழிக்கூண்டுக்குள் டோர்ச் லைட்டின் கண்கள் துளாவி ஒரு மூலையில் குத்திட்டு ஸ்தம்பித்து நின்றன. மறு மூலையில் கோழிகள் ஒடுங்கி அஞ்சி நின்றன. அவைகளின் கண்கள் மருட்சியில் மின்னின. ஒரு பேடு சிறகுகள் உதிர்ந்து செத்துக்கிடந்தது. அடுத்த மூலைக்கு டோர்ச் லைட் திரும்ப விரிந்த படத்துடன் நாகம். கண்கள் ஜ்வலித்து நிலத்திலிருந்து இரண்டடி எழுந்து நின்றது. அதன் அகன்ற படம் அன்று பார்த்த முதல் நாக தரிசனம்; பாம்பின் மீதிருந்த அபரித அசட்டுத் தைரியங்களை துடைத்தெறிந்தது அதன் சீற்றம்.

சரியான மொத்தம் மச்சான் இதுக்கு நாம மட்டும் போதாது. மம்மலியயும் கூப்பிடுவம்.

உம்மாவை நான் எழுப்பி மம்மலிமாமாவை எழுப்பிக்கொண்டு வரும் மட்டும் படம் விரிக்கப்பட்டு சினத்துடன் சீறிக்கொண்டு மூலையில் நின்றது நாகம். வாப்பா கூண்டைத் திறப்போம் என்றார். கூட நின்றவர்கள் வேண்டாம் என்றனர். கோழிகள் பயத்தில் முனுமுனுத்தபடி கரைந்தன.

வாப்பா என்ன நினைத்தாரோ உம்மாவிடம் 'லாம்பெண்ண' போத்தல தா என்றார். உம்மா ஓடிப்போய் ஓடி வந்தா. வாப்பா மண்ணெண்ணெய்த் திரவத்தை அண்ணாந்து பார்த்தபடி தன் வாய்க்குள் ஊற்றினார். பின் பாம்பின் படத்தை நோக்கி ஆக்ரோஷமாய் சீறித்துப்பினார். பீய்ச்சியடிக்கப்பட்ட மண்ணெண்ணெய் அதன் வழவழப்பான மேனியெங்கும் தகதகவென ஓடி இறங்கி முடிவதற்குள் படத்தை சுருட்டிக்கொண்டு பின் வழியால் நழுவியது.

மச்சான் லாம்பெண்ண பட்டது இனி பயமில்ல ஓடாது அடியுங்க முத்து மாமா கத்தினார். டோர்ச் வெளிச்சங்கள் ஏகத்திற்கும் பின்வழியால் திரும்பின. இருவரின் கையில் ஓங்கிய தடி.

வாப்பா உள்ளே சென்று தாப்புக்காட்ட அது பின்வழியால் நழுவவும் 'சட்சட்'டென அடிகள் விழுந்தன. கயிற்றில் கட்டி மரத்தில் தொங்கப்போட்டு விட்டுப் படுக்கப்போயினர். விடிந்ததும் வீரக்கதைகள் பேச அது சாட்சியாக அவர்களுக்குத் தேவைப்பட்டது.

ஒரு நாள் இரவு ஆட்டுப்பட்டிக்குள் நுழைந்த மலைப்பாம்பு ஒன்றை இப்படித்தான் இரண்டாக வெட்டி இரு வேறு இடங்களில் வெட்டிப் புதைத்தார்கள். பிற்காலத்தில் எழுதப்பட்ட பாம்பு குறித்த என்னுடைய பாத்திரங்களின் விவரிப்பும் அவை கதைகளில் ஊடுருவியதற்குக் காரணியாகவும் அமைந்தவை இந்தச் சம்பவங்களே.

பாம்பை இப்போது பார்த்தாலும் அழகும் பிரமிப்பும் இருக்கிறது. அதன் அமைதியான ஊர்தலில் பொதிந்திருக்கும் மரணத்தின் மௌனம் இரகசியமாகக் கிலி கொள்ளச்செய்வது. அழகிய விஷத்தை அடக்கிக்கொண்டு அது ஆர்ப்பாட்டமின்றி ஊர்ந்து செல்கிறது.

மௌனமே ஆபத்து நிறைந்தது என்பதைப் பாம்புகளிடம் கற்றுக்கொண்டது இந்த பருவத்தில்தான்.

6

பாம்புகள் பற்றிச் சொன்னேனில்லையா. இந்தப் பத்தியில் ஒரு பரம இரகசியத்தைப் போட்டுடைக்க வேண்டும். பாம்பென்றால் படையும் நடுங்குமென்பார்கள்.

நான் பாம்பைக் கண்டு நடுங்கிய, ஆனால் அதிசயப்பட்ட ஒரு உச்சிவெய்யில் நினைவிலாடுகிறது. இன்று நினைத்தாலும் மன ஊஞ்சலில் தூக்கிவைத்து ஆடும்படியான ஆழ்மனப் பதிவு.

ஒரு பகற்பொழுது முள்ளிவெட்டவானில் இருக்கும் என் வாப்பாவின் கடைக்குச் சென்றேன். ஓட்டமாவடியிலிருந்து வயல்களை ஊடறுத்துச் செல்வதானால் எட்டு மைல். பிரதான வீதியால் செல்வதாயின் 12 மைல்.

புது வெளிப்பாலத்தைக் கடப்பது மகா அதிசயம். ஏனெனில் அதன் கீழ் வாயைப் பிழந்த படி படுத்திருக்கும் முதலைகளுக்குத் தப்பி, காகித ஆலையின் கழிவு நீரின் துர்நாற்றத்திற்குத் தப்பி, இரு மருங்கிலும் பாதுகாப்பு அரணில்லாத பாலத்தின் ஏகவெளிக்குத் தப்பி என எத்தனையோ உயிராபத்துக்களைத் தாண்டி புதுவெளிப்பாலத்தைக் கடப்பதென்பது கத்தியில் நடப்பதற்கு ஒப்பானது.

துவிச்சக்கர வண்டியின் உதவியுடன் நான் இந்த அவலங்களைக் கடந்துபோகிறேன். விழிகளுக் கெட்டாத தூரத்தில் பச்சைப்பசேலென்ற வயல் வெளிகள். சதா ஓடும் சிற்றோடை. காத்து நின்று இரை கவ்வும் வெள்ளை நாரைகள். இவற்றையெல்லாம் பார்த்தபடி சைக்கிளை ஊன்றி மிதிக்கிறேன்.

மூக்கர்கல் கடைதாண்டி சைக்கிள் வேகம் கொள்கிறது. இரட்டைத் துரிசியின் கதவுகள் இறுக

மூடிக்கிடந்தன. வாகநேரிக்குளம் ததும்பி வழியப்போகிறேன் என அச்சமூட்டுகிறது. வான் போடவில்லை.

ஆனாலும் அலைகள் எம்பிவந்து அணையில் ஓங்கி அறைந்துவிட்டுப் பின்வாங்கிப் போகின்றன. மீன் வேட்டைக் கெனப் பல தோணிகள் அலையிலாடி மிதந்தபடி தூரத்தே தெரிந்தன. குளத்துக்கப்பால் தெரியும் புனானை ரெயில்வே ஸ்ரேஷனின் மேம்பாலம் துல்லியமாகத் தெரிகிறது. (புனானை ஸ்ரேஷன் என்றவுடன் ஒரு நினைவு மனஊஞ்சலில் ஆடுகின்றது. பாம்புக்கதை முடிய அதை சொல்கிறேன்.)

குளக்கட்டிலேறி சைக்கிளை மிதிக்கின்றேன். இன்னும் ஒரு மைல் தூரம். நெடுக ஓங்கி வளர்ந்த பனை மரங்கள். அடர்ந்தகாடு, பின்பு ஏகாந்த வெளிகள் என அந்தப் பெருவெளி அச்சமூட்டும் பரப்பாகவே இருக்கும். நான் கடைக்கு வருவதற்கு இன்னும் அரை மைல்.

என்னை யாரோ பனை மரத்திலிருந்து உற்றுப்பார்ப்பதைப் போல் உணர்கிறேன். சைக்கிள் தானாகவே பிரேக் போட்டு நிற்கிறது. சுற்றுமுற்றும் விழிகளை எறிகிறேன். விரிந்து அலை யடிக்கும் குளம். வலது பக்கம் ஏகாந்த வெளி. நெடுகவும் ஓங்கி வளர்ந்த பனைகள் எனக்கும் ஒரு பனைக்கும் இடையில் தொட்டுவிடும் தூரம்தான்.

அண்ணாந்து பார்க்கிறேன். பனையின் கிளைக்குள் ஒரு கருநாகம். கண்கள் தீச்சுவாலையாக மின்ன என்னை உற்றுப்பார்த்தபடி இருந்தது. கருப்பு என்றால் வார்த்தைகளால் விவரிக்கவியலா கருப்பு. அதன் உடல் நெளிவில் கருப்பின் பிரகாசம் அந்தப் பிராந்தியத்தையே ஜெக ஜோதியாகப் பரிணமிக்கச்செய்தது. அதன் பார்வை என்னிலிருந்து விடுபடும் தருணத்திற்காகக் காத்து நின்றேன். அது என்னையே பார்த்தபடி பாந்தமாக வளையமிட்டுப் படுத்திருந்தது. கண்களில் என்ன பிரகாசம்!

(மிருகக்காட்சிசாலையில் பின்னர் அதனை நிகர்த்த பாம்பு களும், கண்களும் இருக்கின்றனவா எனத் தேடிப்பார்த்ததுண்டு. எனது தேடல் பொய்த்துப்போனது.)

எனக்கும் அதற்குமிடையில் நீண்ட மௌனம் உறைந்திருந்தது. மதியம் என்பதால் வீதியில் சனங்களும் இல்லை. குளத்தின் சலக்புலக் அலைகளின் தாலாட்டைத்தவிர எதுவுமே எங்களுக்

கிடையில் குறுக்கீடாக இல்லை. அது சட்டென சரசரவென்று இறங்கி பனைமரத்தின் புற்றுக்குள் மறைந்து போனது. புற்றுக்குள் இறங்கும் தருணத்தில் அதன் பார்வை என்னில் படர்வதை உணர்ந்தேன்.

இந்தக்கனவு கலைந்து எழுந்தபோது அதிகாலை நாலு மணியிருக்கும். உடல் வியர்வையில் குளித்திருந்தது. விடிந்ததும் கடைக்குப் போனேன்.அதிசயம் என்னை வரவேற்கக் காத்திருந்தது. எந்த பனையில் கருநாகத்தைக்கனவில் கண்டேனோ அதே பனையில் அதே கண்களில் தீப்பொறி பறக்க அந்த நாகத்தைக்கண்டு ஆச்சரியத்தில் உறைந்து போனேன். சிறுபிராயத்தில் கண்ட கனவும் நிஜமும் இன்னும் மனதில் நிலைகுலையாமல் சுவரோவியமாய் மாறாமல் நிற்கின்றது.

7

அதன் பின்னரும் இரண்டொரு தரம் கனவில் வரும் பாம்புகள் நிஜத்திலும் என்முன் தோன்றி ஆச்சரியப்படுத்தியதுண்டு. கனவில் பாம்புகள் தோன்றிய இடத்தை கடந்து நான் போகும் தருணத் தில் அதே பாம்புகள் என்னை ஊடறுத்துச் சென்ற தருணங்களில் என் படைப்பார்வம் மெதுவாக அவைகளின் பின் ஊர்ந்துகொண்டே செல்லும்.

'ஏவாளின் தோட்டத்தில் கனிகள் இன்னும் மிச்சமிருக்கின்றன' என்ற என் சிறுகதையில் வரும் பாம்பின் வர்ணிப்பும் பாம்பு பற்றிய கதை உத்திகளும் இந்தக் கனவு நிஜத்தின் நிழல் தவிர வேறொன்றுமில்லை.

புனானை ஸ்ரேஷனைக் கண்டதும் ஒரு சம்பவம் நினைவில் எட்டிப்பார்க்கின்றது என்றேன் இல்லையா. எனது சிறுபராயத்து ரெயில்வே பந்தத்தை நான்காம் அத்தியாயத்தில் குறிப்பிட்டிருந்தேன்.

வாழைச்சேனை ஸ்ரேஷனில் நிற்கும் ரெயிலில் ஏறி ஓட்டமாவடி பாலம் அல்லது பெக்டரி ஸ்ரேஷனில் நாங்கள் இறங்குவதுண்டு. இது தினமும் மாலை நேரங்களில் களவில் நடக்கும் திரு விளையாட்டு.

நாங்கள் மூன்று நண்பர்கள். மற்ற இருவரும் ரெயில்வே ஸ்ரேஷனில் என்னுடன் வியாபாரம் செய்பவர்கள். மாலையில் வரும் ரெயில்கள் பெரும்பா லும் சரக்கு ரெயில்களாகவே இருக்கும். இரண்டொரு பெட்டிகளை இழுத்துக்கொண்டு வரும். வியாபாரம் இருக்காது. இந்தப் பெட்டிகளுக்குள் எங்கள் குதியான் பருவத்துச் சேட்டைகள் அரங்கேறும். ரெயில் கார்ட் கடைசிப்பெட்டியில் இருப்பார். அடிக்கடி எங்களைக் காண்பதால் ஸ்ரேஷன் மாஸ்ரர் கருணாரெட்ன கண்டுகொள்ளமாட்டார். அவரின் சிநேகிதர்கள் பட்டியலில் நாங்களும் சேர்த்தி.

நாங்கள் எப்போதாகிலும் புனானையில் வந்து இறங்குவதுண்டு. பின்வழியால் குதித்து, மேம்பாலத்தைக்கடந்து பாதைக்கு அப்பாலிருக்கும் குளத்திற்கு வருவோம். நீர் விளையாட்டுத் தொடரும். அடுத்த கோச்சி வரும்வரை குளம் அமைதியிழந்து குதியாட்டமிடும்.

பின்பு டிக்கற் எடுக்காமலே அடுத்த ரெயிலில் பின் கதவால் ஏறி டிக்கற் பரிசோதகர்களின் கண்களில் மண்ணைத்தூவி வாழைச்சேனை ஸ்ரேஷனில் வந்து இறங்குவோம்.

ரெயிலில் சும்மா போவதெல்லாம் கிடையாது. ஒரு பெட்டியின் ஆட்கள் இறங்கும் வழியால் ஒரு காலை வைத்து, அடுத்த பெட்டியின் நுழைவு வாயிலை மிக இலாவகமாகக் கடப்போம். இது ஓடுகின்ற ரெயிலின் வெளிப்புறத்தில் அரங்கேறும் காட்சிகள். அல்லது ஓட்டமாவடி பாலத்தைத் தாண்டுகையில் குதித்துப் பாலத்தின் இரும்புக்கேடர்களை அணைத்தபடி நிற்போம். ரெயில் சென்றவுடன் அப்படியே தண்டவாளத்தால் நடந்து மீண்டும் ஸ்ரேஷனுக்கே வந்துநிற்போம்.

ஒரு நாள் வாழைச்சேனை ஸ்ரேஷனில் ஏறியவுடன் விளையாட்டை ஆரம்பித்தோம். பேப்பர் பெக்டரி வரை ரெயில் மிக மெதுவாகவே செல்லும். நான் தான் முதலில் பெட்டிக்குத் தாவும் விளையாட்டை ஆரம்பித்தேன். அன்று பார்த்து ஓட்டமாவடி சந்தைக்குச்செல்லும் பிரதான வீதியின் கடவையில் வாப்பாவும் தரித்து நிற்பது எனக்கென்ன தெரியும்.

வழமைபோல் ரெயிலின் வெளிப்புறத்தில் நான் தாவி அடுத்த பெட்டிக்குள் கால் வைக்கவும் ஓட்டமாவடி பாதுகாப்புக் கடவை வரவும் சரியாக இருந்தது. அங்கே வாப்பாவும் நின்றதும், கடவையில் மற்ற ஆட்கள் நின்றதும் தெரியவே தெரியாது. வியாபாரத்திற்குச் சென்ற வாப்பா வீட்டிற்குத் திரும்புகையில் நான் குப்பிலாம்பின் வெளிச்சத்தில் படித்துக்கொண்டிருந்தேன்.

வந்த வேகத்தில் திண்ணையில் ஸ்டாண்ட் போட்டு சைக்கிளை நிறுத்தியவர் முகட்டிலிருந்த கம்பை உருவி விளாசும்வரை உம்மா மலைத்துப்போய் நின்றா. பின்பு சுதாகரித்தபடி என்னை அவரின் அதிரடித் தாக்குதலிலிருந்து காப்பாற்றப் போராடினா.

அவர் அடித்து ஓய்ந்து, கிணற்றடிக்குப் போனார். போகும் போதே "ஓடிப்போர கோச்சிக்கு வெளியால மகன் வித்த பழகுறாரு. தவறி வுழுந்தா மண்ட ஓட்டயும் பொறுக்கேலா"

என்று கத்திக்கொண்டே சென்றார். உம்மா தலையைத் தடவி இனி அப்படியெல்லாம் செய்யக்கூடாது என்றா. கொழும்பி லிருந்து வந்த கோச்சியிலிருந்து ஆட்களை இறக்கி ஓட்டமாவடி பாலத்தருகே தீவைத்து அட்டூழியம் புரியும் வரை இந்த விளையாட்டை நாங்கள் விடவே இல்லை. எனது படைப்பூக்கத் திற்கான அனேகக் களங்களை புகையிரதப் பயணங்கள் தந்திருக் கின்றது என்பது பேரின்ப ஆனந்தமாக இருக்கிறது. பாம்புகளுடன் இந்த ரெயில்களுக்கும் ஒத்திசைவுகள் உண்டு. இரண்டும் ஊர்ந்து, நெளிந்து செல்லும் இலாவகத்தில் நினைவுகள் சிதறிப் பிரகாசிக்கின்றன.

8

தோட்டத்திற்கு முன்னால் பெரிய ஆட்டுப் பட்டி.

இந்தியாவிலிருந்து தருவிக்கப்பட்ட செம்மறி யாடுகள். அடர்ந்த உரோமங்கள், சதா துக்கம் நிறைந்த கண்களுடன் பூமியை உற்றுநோக்கியபடி அந்த ஆடுகள் தனித்தனியே பிரிந்துதான் படு சுறுசுறுப்பாக மேய்ச்சலுக்குச் செல்லும்.

அவை எம்.கே.ஹாஜியாரின் பட்டி. அவரின் பூர்வீகம் இந்தியா. ஆடுகளை கவனிப்பதற்கென நிரந்தரமாக இரண்டு குடும்பங்கள் குடிசை போட்டிருந்தன. ஹாஜியார் வாரமொருமுறை வியாழக்கிழமைகளில் வருவார்.

முகடு திறந்த ஜீப் வண்டி புழுதியை இரைத்தபடி கடை முன்றலில்தான் தரித்து நிற்கும். வாப்புப்பாவிடம் அவருக்கு கொள்ளைப்பிரியம். இரண்டு பேரும் சிரித்தபடி ஆடுகளைப் பார்க்கக் கிளம்பிப்போவார்கள். அவரின் ஜீப்புக்கள் தொழுவதற்கான முசல்லா, தண்ணீர் பாய் உட்பட அனைத்தும் இருக்கும். ஹாஜியார் சென்ற பின்பும் ஓரிரு நாட்கள் அவர் விட்டுப்போன ஜன்னதுல் பிர்தவ்ஸின் நறுமணம் புளியமரத்தைச் சூழவும் கமகமக்கும்.

சற்று தொலைவில் பரந்து கிடக்கும் வயல்வெளி. வயலையும் குளத்தையும் பிரிக்குமாற் போல் இராட்சதப் பாம்பாய் படர்ந்து நீளும் குளக்கட்டு. வயலைத்தாண்டி விழுந்தால் மாந்துறை ஆறு.

எங்கள் அடுப்படியில் எப்போது உலை கண் மூடும் என்று தெரியாது. புசுபுசுவென்று அடுப்பெரிந்து கொண்டே இருக்கும். சதா ஆக்கிக் கொட்டுவதற்கு அக்காமார்கள். பாக்கியம், திரவியம், ராசாத்தி. நீங்கள் எங்கிருக்கின்றீர்கள்? என்ன ஆயிற்று உங்கள் அந்திமம்? இதுவரை தெரியாது.

தங்கைகள் இருவரும் வாகநேரித் தமிழ் கலவன் பாடசாலையில் படிக்கப் போவார்கள். நான்கு மைல் தொலைவு. நடந்துபோய் நடந்தே வருவார்கள். சைக்கிளில் வரும் தெரிந்தவர்கள் அழைத்தாலும் ஏறிவரமாட்டார்கள். நடப்பதில் அப்படி ஒரு சுகம் அவர்களுக்கு. மில்க்போர்ட் சந்திவரை கலகலவென்று வெண்புறாக்கூட்டம் கலைவதைப்போல் மற்றப் பிள்ளைகள் விடைபெற அவர்கள் மட்டும் மீதியிருக்கும் ஒரு மைல் தூரத்தைத் தனித்தே நடப்பார்கள்.

இருந்தாற்போல அவர்களுக்கும் சைக்கிள் சவாரி வாய்த்துவிடும். ஊரிலிருந்து வரும் சாச்சாமார்களின் சைக்களின் முன்னே ஒருவரும் பின்னே ஒருவருமாகக் கலகலப்பாக வந்தவுடன் உம்மாவின் நக்கல் வந்து வாசலில் விழும். "என்னடி குளக்கட்டு நாளைக்கு உங்கள கோவிக்காதாக்கும் ..."

அந்தப் பாடசாலையில்தான் எனது மாமிமார்களும் சாச்சாமார்களும் படித்ததாக வாப்புப்பா சொல்வார்.

வாப்புப்பாவின் கடைக்கு வன்னியனார் கடை என்றால் பிரசித்தம். புளியமரத்தடிக்கடை என்பது பின்னாளில் மருவிற்று. கடையென்றால் கிராமத்திற்குரிய அசல். அகன்ற புளியமரம், கடைக்கு முன்னால் குரல் நீட்டி முழங்கும் ரேடியோ. ஒரு சோகேஸ், அதற்குள் கொஞ்சூண்டு தயிர் வடை, போலை*, பாலப்பம், வண்டப்பம், லெவரியா** (கோழிஅப்பம்) கவண்ரொட்டி, தட்டுரொட்டி. உம்மாவினதும் வாப்பாவினதும் கைவண்ணத்தில் தயாரிக்கப்பட்ட பண்டங்கள். சில தட்டுகளில் பியான் ரோல், பனிஸ், அட்டக்கேக், யானக்கத்தா, ரோஸ்பான், வட்டர்***, கட்டப்பான் (ஆட்டுக்கால்) கொழும்பு வட்டர், பான் வகையறாக்கள்.

கடை வாங்கில் எப்போதும் ஒரு கூட்டம் இருக்கும். யாழ்ப்பாணத்து பாணிச்சுருட்டும், பீடியும் வாயில் இருக்க தம்பி பிரபாகரனிதும், ஜே. ஆரினதும் அரசியல் சாணக்கியங்கள் பற்றிய கதைகள் சூடுபறக்கும். வாப்பா டீ ஆற்றுவதில் ஒரு கண்ணும் 'சோகோசி'ல் ஒரு கண்ணுமாய் இருப்பார்.

இரண்டை விழுங்கிவிட்டு ஒன்றுக்குக் கணக்கு விடுபவர்கள் கையும்களவுமாக அவரிடம் பட்டு கடன் சொல்லிக் கழன்ற கதைகளும் முன் பெஞ்சில் இருப்பவர்களால் ஹாஷ்யமாகச் சொல்லப்படும். கொல்லென்ற சிரிப்பினிடை எட்டிநின்று மேயும்

---

* போண்டா

** மாவினால் செய்யப்படும் கொழுக்கட்டை வகைகளில் ஒன்று

*** கணதியான பிஸ்கட்

அவிழ்த்து விடப்பட்ட காளைகளின் கழுத்து மணிஓசையும் சேர்ந்து கொள்ளும்.

பட்டிதொட்டியெல்லாம் பால் சேகரிப்பவர்கள், மீன் வியாபாரிகள், புல் அறுக்கச் செல்பவர்கள். கீரை அறுக்கும் கூட்டம், கரைவலை வீசுபவர்கள் என்ற அடிமட்டத் தொழிலாளியும், போடிமாரும் ஒன்றாய்க் கலப்பதற்கும் கதைப்பதற்கும் புளியமரத்தடிக்கடை வாகாக இருந்தது.

வாப்புப்பாவின் ஹாஷ்யத்திற்காக அவர் வாயைக் கிளறி விட்டு வேடிக்கை பார்ப்பவர்கள் அதிகம். இஞ்சித்தேநீருடன் லெவரியானவைக் கடிக்கும் போடிமார் மட்டும் வெற்றிலை வட்டுவத்தை உருவி விட்டபடி இருப்பர்.

அதற்குள் பாக்குச் சீவல், சுண்ணாம்பு டப்பா, ஏலக்காய், சாதிக்காய், கராம்பு, வெற்றிலை, புகையிலைத் துண்டுகள். கையிப்பு*.

கையிப்புத் தகட்டுக்குப் பெயர் போன இடம் ஏறாவூர், வட்டுவத்திற்குள் அறையாகப் பிரித்து இவைகளைப் போடிமாரின் பெண்டிர் அடுக்கி வைத்திருப்பர். சற்று மெதுவாக மெள்ள சின்ன உரலும் துவைப்பதற்கு ஆணியும் இருக்கும்.

பாக்குச்சீவலை உரலுக்குள் இட்டு, வாசனைப்பொருட்களையும் இட்டுத் துவைக்கும் ஓசையுடன் ஊர் வம்பும் பசைபோல் அரைபடும்.

எங்கள் கடைக்குமுன் எப்போதும் 'தீனா' (தீக்கிடங்கு) எரிந்துகொண்டிருக்கும். பச்சை மரங்களை வெட்டிப்போட ஆட்கள் இருந்தார்கள்.

மஃரிபு நேரத்தில் ஊரிலிருந்து வரும் மாட்டு வண்டிகள் இங்கு நிற்கும். கரத்தைகளின் கீழ் தொங்கும் லாந்தரின் மினுக்கம் கண் சிமிட்டி வாவென்று அழைப்பது போன்றிருக்கும். வால்வண்டிலில்** ஒரு சாக்குப்பை கட்டப்பட்டிருக்கும்; கத்தி, மண் வெட்டி உள்ளிட்ட சட்டி பானைகளும் அதற்குள் அடக்கம்.

யானைகளுக்குப் பயந்து வண்டில்காரர்கள் புளியமரத்தடியில குவிக்கப்பட்டிருக்கும் ஆற்று மணலில் படுத்துக்கொள்வார்கள்.

தீனாவைச்சுற்றி மாடுகள் நுளம்புகளை விசுக்விசுக்கென வாலால் விரட்டியபடி அசைபோட்டு நிற்கும். இந்த மாடுகளுக்கு நல்ல ஞாபக சக்தி.

---

* வெற்றிலை மெல்லுபவர்கள் சேர்த்துக்கொள்ளும் ஒரு வாசனை சுவையூட்டி

** வால்வண்டில் – மாட்டு வண்டியின் பின் இருக்கையின் ஓரம்

வண்டி ஓட்டிக்கொண்டு வருபவர்கள் கண் மூடிப் படுத்தாலும் வழக்கமாக நிற்கும் கடைகளில் மாடுகள் சற்றுத் தரித்து நிற்கும். யாராவது தட்டி எழுப்பினால் உண்டு. இல்லாவிட்டால் என்ன தேனீர் குடித்து மீளவும் ஏறும் நாழிகை அதற்கு அத்துப்படி.

குறிப்பிட்ட நேரத்திற்குப்பின் தன் பயணத்தை மாடுகள் தொடரும். நேரே வாடியில்தான் அடுத்த தரிப்பு. இடையில் சக வண்டில்களுக்கும், ஏனைய பிரயாணிகளுக்கும் வழிவிட்டபடி ஐந்தறிவு ஜீவன்களின் பயணங்கள் தொடரும். செக்கலுக்கப்பின் வண்டியோட்டிகள் தூங்கமாட்டார்கள்.

வனப்பாதையில் மாடுகள் நேரே பழகிய பாதையில் சென்றுவிடும். யானைகளின் தொல்லைகள் அதிகம் என்பதால் புளியமரத்தடி கடைவரை விழித்துக்கொண்டு வருவர். லாந்தரின் திரி கீழிறங்கும்.

பனியை ஊடறுத்துப் புகைச்சுருள்கள் மேலேகும். இடை யிடையே வண்டிக்காரர்கள் எழுந்து சுருட்டைப் பற்றவைத்து இழுத்தபடி தீயைச்சுற்றி அமர்ந்திருப்பர். உள்ளங்கைகளை ஜ்வாலையில் காட்டி முகத்தில் தடவிவிட்டபடி சாமத்திலும் சிரிப்பும் கேலியும் கடையைச் சூழவும் ஒளிவட்டமாய்ப் பிரகாசிக்கும். வாப்புப்பா பெரிய துப்பட்டியால் தன்னை மூடிச் சுற்றிக்கொண்டு பிளேன்றியுடன் வந்துவிடும் தருணங்கள் மகா அற்புதமானவை. நெருப்புக் கங்குகள் திகுதிகுவென எரியத் தொடங்கும்.

9

ஒவ்வொரு விடுமுறையிலும் இந்தக் காட்சிகள் எனக்குள் பதிவாகிக்கொண்டே இருக்கும். 34 அடியாழமுள்ள கிணற்றில் கப்பியில் நீர் அள்ளுவதும், சைக்கிளில் இருமருங்கிலும் குடத்தைக் கட்டிக்கொண்டு ஆற்றில் நீர் மொண்டு தளும்பாமல் இலைகளை உடைத்து சொருகிக்கொண்டு ஒற்றையடிப்பாதையில் சைக்கிள் உழத்தி வருவதும் ஒரு சவால். ஒவ்வொரு வார விடுமுறையிலும் நான் அதைச் செய்தேன்.

நான் முதலில் சைக்கிள் பழகிய அந்த நாள் சாச்சாவின் சைக்கிளில் புளிமரத்தடி மேட்டிலிருந்து குளத்திற்கு செல்லும் பள்ளத்தில்தான். சாச்சா சைக்கிளைப் பிடித்துக்கொண்டு கூடவே வருவார். பாருக்கு கீழ் கால்களைத் தெத்தித்தெத்தி உழத்திக் கொண்டு போவேன். சாச்சா பிடித்துத்தானே வருகிறார் என்ற தெம்பு.

சற்று ஊன்றி மிதித்துவிட்டேன். பள்ளத்தில் கிறவல் வீதியில் சைக்கிள் சரிந்துவிழ கெக்கலித்துச் சிரித்தபடி சாச்சா ஓடிவந்தார். அவர் கண நேரம் கைகையை விட்டுவிட்டு என்னைச் சுயமாக ஓடவிட்ட செய்தி அப்போதுதான் உறைத்தது. வலதுகாலில் சைக்கிள் பழகி வாங்கிய அந்த விருது தழும்பாகவே இருக்கிறது. இலக்கிய விருதுகளைவிட கால் தழும்பைத் தடவிப்பார்க்கையில் நெஞ்சு நிரம்பித் ததும்பும் நினைவுகள் நித்ய விருதுகளாக என்னை உசுப்பி விடுகின்றன.

மோட்டார் சைக்கிள் பழகியது விழுந்து விடாமல் என்றால் அதில் ஒரு மர்மம் இருக்கிறது. எனது தோழரின் வாப்பா அலியார் ஹாஜியாரிடம் ஒரு 'செலி'பைசிக்கிள்* இருந்தது; தும்பி என்போம். அவர் சனிக்கிழமை வயலுக்குப் போகவென

---

* சிறிய ரக மோட்டார் சைக்கிள்

மூட்டைமுடிச்சுக்களுடன் வந்துவிடுவார். ஆற்றைக்கடந்து பைசிக்கிள்கள் செல்ல முடியாது என்பதால் வியாழக்கிழமை வரை எங்கள் கடையில் விதம்விதமான சைக்கிள்கள் குவிந்து கிடக்கும்.

அலியார் போடியாரிடம் ஒரு நாள் கேட்டுவிட்டேன். "நான் உங்கட சைக்கிள எடுத்துக்கிட்டு ஊருக்கு (ஓட்டமாவடி குறுக்குப்பாதை எட்டு மைல், பிரதான வீதி 12 மைல்) போகவா?" என்னை ஏற இறங்கப்பார்த்து விட்டு கேலியாகக் கேட்டார். 'ஓடுவியளா?' 'ஓம்' என்றேன்

சத்தியமாகக் கண்களாலே தவிர கைகளால் ஓடிப் பார்த்ததில்லை. அந்த தைரியத்தில் ஓம் வந்து விட்டது. முதலில் வாப்பாவுக்குத் தெரியாமல் தும்பியைக் கிளப்ப வேண்டும். எப்படியோ கிளப்பியாகிவிட்டது. முதலில் காவத்தமுனையில் இருக்கும் மூத்தம்மாவின் வீட்டிற்குச்செல்வது. குறுக்கு வீதியில் வாகனங்களும் மனிதர்களும் அவ்வளவாகப் புழக்கமில்லை.

கண் கண்டதைக் கை செய்யும் என்பார்களே எப்படியோ வாப்பா வயலுக்குச்சென்று வருவதற்கிடையில் சென்று வந்து விட்டேன். லைசன்ஸ், இன்சுரன்ஸ், தலைக்கவசம் எல்லாம் தெரியாத காலம். புலிகளின் ஆட்சி உச்சத்திலிருந்த காலம்.

சில நாட்களின் பின் பிரதான வீதியால் தும்பியை எடுத்துக் கொண்டு செல்வது என்று தீர்மானித்தேன்.ஆறாங்கட்டையில் உள்ள புலிகளின் பிரதான கேம்பில் நிறுத்தினார்கள். 'சின்னப் பொடியன்கள் சைக்கிள் ஓட்டப்படாது சைக்கிள கொண்டுபோய் உள்ளுக்க வை' என்றான் ஒருவன். எனக்குக் கைகால்கள் உதறத்தொடங்கின. வாப்பாவுக்குத் தெரிந்தால் பாடு சம்பல்தான்.

கடைப்பக்கம் வரும் சின்னவன் தூக்க முடியாத பாரத்துடன் ஏ.கே. 47னுடன் நின்றிருந்தான். என்னைக் கண்டதும் என்னவென்றான். விடயத்தைச் சொன்னேன். அவன் பெரியவனிடம் போய்க் கதைத்தான்.

'ஆர்ர சைக்கிள் என்றான்' பெரியவன்.

'அலியார் போடிர' என்றேன். அவரின் வீடொன்றில்தான் புலிகளின் பிராந்தியக்கிளை ஒன்று ஊருக்குள் இயங்கிவந்தது. இரு தரப்புப் பிணக்குகளைத் தீர்த்து வைக்கும் சமாதானத் தூதராகவும் புலிகளின் மதிப்புமிகு மனிதராகவும் அவர் இருந்தார் என்பது பிற்காலத்தில் தெரியவந்தது.

'எந்த அலியார் போடி?' என்றான்.

நான் ஊரைச் சொன்னேன். பயத்தில் ஆள் அடையாளத்தை யும் சொன்னேன்.

சைக்கிளைத் தந்து வந்தவழியே போ என்றான்.

அன்று மனதில் பதிந்த வடு ஆறுவதற்குப் பல காலம் எடுத்துக்கொண்டது கூடவே ஒரு சபதமும். சொந்தமாக பைசிக்கிள் வாங்கித்தான் இனி ஓடுவது.

காயங்கள் மட்டும்தான் இடம் மாறி இருந்தன. நினைவுகள் என்னவோ அந்தக் குளக்கட்டின் கிறவல் வீதியில் விழுந்து அவதிப்பட்டுத் துடிக்கின்றன.

ஆற்றிலிருந்து தண்ணீர் தாங்கிய சைக்கிள் ஒற்றையடிப் பாதையில் அலுங்காமல் வருவதென்றால் எத்துணை தில் வேண்டும் என்பதை அந்தப் பாதையில் ஓடிப் பார்த்தால் தெரியும். இது ஒரு விளையாட்டு. தற்போது நினைக்கையில் ஆச்சரியமாகவும் சாகசமாகவும் இருக்கிறது.

என்னுடன் சைக்கிள் விட பல நண்பர்கள் இருந்தார்கள். ஒற்றை வயல் வரம்பில் சைக்கிள் ஓட்டுவதில் எங்களுக்குள் போட்டி நடக்கும். காட்டுப்புதரில் ரயர் படாமல் மிதிக்க வேண்டும். சில நேரம் நான் சறுக்கிவிடுவேன். சில நேரங்களில் ஜெயிப்பதுண்டு.

10

விடுமுறையில் செல்லும் போதெல்லாம் நல்ல கவனிப்பு. விரால் கருவாடு, பசும்பால், கோழியிறைச்சி, கெளுத்தி மீன், ஜப்பான் மீன் பொரியல், திராய் சுண்டல், ஆம்பல் மீன், விரால் மீன், கொக்கு, விலாங்கு மீன் வறுவல் என வகை வகையாய் உண்டு ருசித்தது இக்காலத்தில்தான். உம்மாவின் கைப்பக்குவத்தில் எனக்குப்பிடித்த இன்னுமொரு உணவுமிருக்கும்.

இலுப்பைப்பூ கொளுக்கட்டை. அதை அவித்து மண் பானைக்குள் வைத்து உம்மா மூடி வைத்திருப்பா. நானும் அதிகாலையில் பனிப்புகாரிடை எழுந்து உம்மாவுக்குப்பின் இழுபட்டுச் சென்றிருக்கிறேன். இலுப்பை மரங்கள் பெரும்பாலும் ஆற்றோரம் வானுயர்ந்து ஓங்கி நிற்கும். பூக்கத்தொடங்கும் காலம் சுற்றமெங்கும் நறுமணத்தைப் பரப்ப ஆரம்பித்துவிடும்.

இரவிலே பூமியில் அதன் மலர்கள் உதிர்ந்து கிடக்கும். ஆற்றுநீர் அமைதியாக ஓடிக்கொண்டிருக்கும்.

சலனமின்றி ஓடும் அதிகாலையின் அழகு அற்புத மாக இருக்கும். உம்மா கால்வைக்க விடமாட்டா.

முதலை கிடக்கும் முதலை கிடக்கும் என்று அடிக்கடி எச்சரித்தபடி இருப்பா. கொண்டுபோன உரச் சாக்கில் இலுப்பைப்பூக்களைப் பொறுக்கிக் கொண்டு திரும்பும்போது சூரியன் மேலேறி உருகிக் கொண்டிருப்பான்.

பூக்களைக் கழுவிச் சுத்தமாக்கி வெய்யிலில் காய வைப்பா. பின் உரலிலிட்டு இடித்துமாவாக்கி வைத்துக்கொள்வா. அதனுடன் அரிசிமாவைக் கலந்து சர்க்கரையும் உப்பும் சேர்த்துக் கலவையாக்கி உள்ளங்கையில் சின்னச்சின்னக் கொழுக்கட்டை யாய்ப் பிடித்து வண்டில் வைத்து புளுக்கி எடுப்பா. இலுப்பைப்பூ கொளுக்கட்டை உடனே திண்பதற்கு ருசியாக இருக்காது.

அவித்து மண் பானைக்குள் மூடிவைத்து நாள்பட நாள்பட அதன் ருசியோ அலாதி. அந்தக் கொளுக்கட்டையை இப்போது நினைத்தாலும் குட்டி நாக்கு ஸலாம் போடுகிறது. உம்மா எது சமைத்தாலும் அதில் அற்புதமான சுவைகள் மலிந்திருக்கும்.

எனக்கு முறுகக்காய்ச்சிய பசும்பால் அலாதி விருப்பம். மூத்தாப்பாவின் பட்டியிலிருந்து பசும்பால் காலையில் கடைக்கு வந்துவிடும். உம்மா முறுகக்காய்ச்சி கற்கண்டும் கோப்பிப் பொடியும் கலந்து கொடுப்பா.

மணமும் ருசியும் சொல்லில் மாளா. மாட்டுப்பட்டிக்கு மூத்தாப்பா சில நேரங்களில் என்னையும் தம்பியையும் அழைத்துப் போவார். அவருக்கு இரண்டு பட்டிகள் இருந்ததைப் போல் எனக்கு இரண்டு மூத்தம்மாவும் வாய்த்துவிட்டார்கள்.

எருமை மாட்டுப்பட்டி, பசு மாட்டுப்பட்டி என்று இரண்டு பட்டிகள். தயிருக்கு எருமைப்பால் குடிப்பதற்கு பசும்பால். இரண்டு பட்டிகளையும் பார்ப்பதற்கு கிருபை என்ற ஒருவர் இருந்தார். மூத்தாப்பாவுக்கு விசுவாசமான பணியாள் போடியார், போடியார் என வார்த்தைக்கு வார்த்தை பவ்யமாக அழைக்கும் அவர் குரல் மாடுகளின் வால் விசுக்குகளை மீறியும் கேட்டுக்கொண்டேயிருக்கும்.

காலையில் பசுவின் மடியிலிருந்து பால் கறப்பதைப் பார்க்க விரும்பினேன். கிருபைதான் மாடுகள் அடைத்து வைக்கப் பட்டுள்ள பட்டிக்கு அழைத்துச்சென்றார். கூடவே தம்பியும். கன்றுகள் சிறு நாற்சதுரக் கம்பி வேலிக்குள் அடைபட்டு நிற்கும். அவற்றினது அம்மாக்கள் வெளியில் நின்றபடி குரல் கொடுக்கும். அம்மாக்களின் வருகையால் கன்றுகளின் குதியாட்டத்தில் வேலிகள் திணவெடுக்கும்.

கிருபை ஒவ்வொரு பசுவாக இழுத்து வந்து கணுவில் கட்டுவார். பின்னங்கால்களையும் இணைத்துக்கட்டியபின் கன்றுகள் அடைபட்டுக் கிடக்கும் வாயிலைத் திறந்து லட்சுமி லட்சுமி என்பார்.

வானத்துக்கும் பூமிக்குமாக எகிறிக்குதித்தபடி கன்றுக்குட்டி ஓடிவரும். தாயின் பெயரைச் சொன்னவுடன் கன்று அந்தக் கூட்டத்திலிருந்து பிரிந்து வெளியே வந்து தாயின் முலையில் முட்டி முட்டிக் குடிக்கும்.

தாய்ப்பசு ஆதுரமாகப் பின்பகுதியை நாவால் தடவியபடி அன்பைச் சுரக்கும். கிருபை, லட்சுமி வாவென்று கன்றை இழுத்து அருகில் இருக்கும் கனுவில் கட்டுவார். வாளியைத் தொடையில் இடுக்கியபடி பசுவின் மடியைக் கழுவி நீவிவிட்டபடி ஒவ்வொரு முலைக்காம்பிலும் விரல்வைத்து அழுத்திவிடுவார்.

வாளிக்குள் சர்சர்ரென நுரைதள்ளிப் பால் நிறையும். பின் கன்றை அவிழ்த்துவிடுவார். மீண்டும் இழுத்துக்கட்டிவிட்டுப் பால் கறப்பார். பெரிய அண்டாக்களில் பால் நிரம்பித் ததும்பும். இரண்டு வியாபாரிகள் சைக்கிளில் வந்து பாலை எடுத்துப்போவார்கள்.

கிருபை இளங்கன்றின் கறந்த பாலை ஒரு கோப்பையில் ஊற்றி, தம்பி குடிச்சிப்பாருங்க நல்லா இருக்கும் என்றார். எனக்கு அருவருப்பு. முறுகக்காய்ச்சாவிட்டாலே மொச்சை மணக்குது என்று பால் குடிக்காதவன். பச்சைப் பாலையா குடிப்பது?

தம்பியோ எனக்கு நேர்எதிர். எனக்குத்தாங்கண்ண குடிப்பம் என்றவன் கறந்தவுடன் வாயில் ஊற்றிச் சுவைத்துக் குடித்தான். அவனை அதிசயமாக பார்த்துக்கொண்டிருந்தேன். காக்கா ருசியா இருக்கு குடிச்சிப் பாருங்களேன் என்றான். கிருபை மறுபடியும் கறந்து என்னிடம் நீட்டினார். ஒரே மடக்கில் குடித்து முடித்தேன். இளம் சூடு, கொஞ்சம் சர்க்கரை போட்டது போல் இனிப்பு. முறுகக்காய்ச்சிய மணம்.

இதன் பிறகென்னவோ கறந்தவுடன் பால் குடிக்கும் மனப்பக்குவம் எனக்குள் வரவேயில்லை.

பிற்கால சனி ஞாயிறுகள் ஆற்றிலும் குளத்திலும் காடுகளிலும் கழிந்தன.

தூண்டிலில் போட்ட மீன்களை நண்பர்களுக்கே தாரைவார்த்து விட்டு வீட்டுக்குத் திரும்புவேன்.

இப்போதும் ஆற்றோரம் சென்றால் திராய்ச் செடி தேடுவதைக் காணும் நண்பர்கள் 'ஞானச்செடி தேடுகிறார்' என்ற கிண்டல்கள் அக்காலங்களுக்குள் புதையுண்டு போய்விடும்.

உளுவ மீன் போட்டுத் துவைத்துத் தரும் திராய்ச் சுண்டல் எங்கே? நட்சத்திர ஹோட்டல்களில் வகை வகையாகப் பண்டங்களையும் உணவுகளையும் ருசித்தாயிற்று. அந்தப் பொன்னங்கன்னி கீரையும் திராய்ச் சுண்டலும் கோல்டன் மீன் பாலாணமும் முருங்கைக்காயுடன் சுங்கான் கருவாட்டுக்கறியும் புளியாண ருசியும் நாக்கில் ஊறிக்கொண்டிருப்பதை நிறுத்த முடியவில்லை.

இந்த சௌந்தரியங்களை அனுபவிக்க முடியாத ஒரு கைங்கரியத்தை உம்மாவும் வாப்பாவும் எனக்குச் செய்தனர். 12 மைல் தொலைவிலுள்ள மாமாவின் வீட்டில் தங்கவைத்துப் படிப்பிப்பதற்கான சதிதான் அது. பல சதிகளை முறியடித்த எனக்கு அந்த நல்ல சதியைத் தோற்கடிக்க முடியவில்லை.

11

தமிழ் முஸ்லிம் உறவுகள் மனத்தூய்மையுடன் பூத்துக்குலுங்கிய காலமது. கருகருவென்ற கும்மிருட்டிலும் அடர்ந்த வனாந்தரங்களிலும் விட்டேற்றியாகச் சுற்றித்திரியவும், அவர்களுடன் கூடவே நடைபோடவும் மனம் பயங்கொள்ளாத காலம். எனது பதின்மூன்றாவது வயதில் அப்படியொரு பொற்காலம் வாய்த்தது.

ஒரு மாலைப்பொழுதில் முற்றத்தில் விளையாடிக்கொண்டிருந்த என்னிடம் சாச்சா, “தம்பி காலையிலை திருவிழாவுக்குப் போவம் ரெடியாயிரு” என்றார்.

எனக்குத் தலைகால் புரியாத குதிப்பு. மறுநாள் காலை வரை நெஞ்சு பொறுக்கவில்லை. எப்போது தூங்கினேன் என்பது நினைவிலில்லை. அதிகாலை சேவல் கூவுவதற்கு முன், பொலபொலவென்று விடிவதற்கு முன், எனது உம்மாவும் கண்விழித்து அப்பம் சுடுவதற்கு முன் கண் திறந்தேன்.

திண்ணையின் நடுவில் தனியே குந்திக்கொண்டு இருண்ட வானத்தையே வெறித்திருந்தது நினைவில் ஆடுகிறது.

சாச்சாவுடன் திருவிழா நடைபெறும் வனத்திற்குச் சென்றபோது பரவசம் தொற்றிக்கொண்டது.

ஆதிவாசிகளின் திருவிழா என்பது நடுக்காட்டில் தான். வாகநேரிக்குளம் ஆரம்பிக்கும் தளத்திற்கு முன் ரரிவில் சரசரவென்று இறங்கினோம். பனைமரங்கள் அடர்ந்த முதற்காடு வரவேற்க, சூரியன் நன்றாக பூமியில் விழுந்தது. கால்கள் நகரநகரப் பெருங்காடு வாவென்று வரவேற்றது.

காட்டின் அடர்த்தியில் கிளர்ச்சிகொண்ட முதல் அனுபவம் இதற்கு முந்திய வருடத்தில் கிட்டியது. இயக்கத்திலிருந்த சின்னவன் அண்ணாச்சி,

தலைவர்ர படம் போடப்போறம் வாரியளா என்றவுடன் காடேகியது நினைவிலுள்ளது.

ஒற்றையடிப்பாதையில் கும்மிருட்டில் தீப்பந்தத்தைக் கையிலேந்தி அண்ணாச்சி வழிநடத்திச் சென்றார். இருள் நதிக்குள் மூர்ச்சையாகி விடுவேனோ என்ற பதைபதைப்பு. என்னுடன் நிறைய நண்பர்கள். இன்று போல் கிரிக்கெட்டும் புலமைப்பரீட்சை சிறையும் இல்லாத விடுதலைக் காலம்.

தமிழ், முஸ்லிம் என்ற வேறுபாடற்ற பயணம்.யாருடனும் பேசாமல் வரும்படி அண்ணர் வனத்தின் தலைவாசலில் வைத்து அறிவுரை கூறினார். ஒரு மைல் தூரம் ஆவலுடன் நடந்தோம். தலைவரின் உரையைக் கேட்கும் பரவசம். இன்னதென்று விவரிக்கவியலா இன்ப அதிர்ச்சியுடன் நடந்தோம். அவர் பிற்காலத்தில் எம்மையெல்லாம் அதிர்ச்சியடைய வைப்பார் என்பதை அறியாத பருவம்.

அடர்ந்த காட்டின் மையப்பகுதியில் ஒளி வெள்ளம் பரவி யிருந்தது. இது எப்படிச் சாத்தியம் என்ற ஆவலும் திகைப்பும். வாண்டுகளான எங்களுக்குப் புரியவே இல்லை. துவக்குப் பிடித்திருக்கும் அண்ணாக்களை வித்தைக்காரர்களாகவும் சாகசங்கள் நிகழ்த்தும் அற்புதமானவர்களாகவும் மனம் பதியத் தொடங்கிற்று.

இருளைக்கிழித்து அரைமைல் தூரம் ஒளிக்கடல் பொங்கிப் பூரித்தது. சின்ன டி.வியைத் தூக்கிக்கொண்டு வந்து சின்னவர்தான் மேசையில் வைத்தார். 'டெக்கும்' அதனுடன் இருந்தது. திரைப் படச்சுருளைப் போட்டுவிட்டுப் வெற்றிச்சிரிப்புடன் எமை நோக்கித் திரும்பினார். "தலைவர் பேச்சக் கேளுங்க தம்பிமாரு, கேட்டிட்டு நீங்களும் போராட வரணும், இப்ப இல்ல பிறகு கூப்பிடுவம் அப்ப வந்தாச் சரி" என்றார்.

அக்காலத்தில் ஒரு சில வீடுகளில்தான் டி.வி இருக்கும். ஒவ்வொரு புதன்கிழமையும் செட்டியார் தெரு லலிதா நகை மாளிகையின் கிருபையால் தமிழ்ப்படம் போடுவார்கள். கருப்பு வெள்ளைப் படங்கள். டி.வி உள்ளவர்கள் அதை முற்றத்தில் வைத்து வாசலில் வந்து குவியும் கூட்டத்திற்கு இலவச சேவை செய்வார்கள். சிலர் அதை பொத்திப்பொத்திக் குமர்ப் பிள்ளையைப்போல் வீட்டுக்குள்ளேயே வைத்திருப்பார்கள். முஸ்தபா போடியார் மகள் மர்யம் மாமியின் வீட்டுமுற்றத்தில் மணலில் குந்திக்கொண்டு படம் பார்த்த அனுபவத்திற்குப்பின் இப்போது அண்ணரின் கடாட்சத்தால் டி.வியில் வீர காவியம் பார்த்தோம்.

இன்று டி.வி இல்லாத வீடு சவம் இல்லாத மயானம்போல ஆகிவிட்டது. ஹோம் தியேட்டர்களும் சட்டிலைடுக்களும் கேபிள் டிவிகளும் வண்ண மயம். முதன்முதலில் வாழைச்சேனை வெலிங்டன் தியேட்டர் அகன்ற திரையில் 'ஆயிரம் ஜென்மங்கள்' பார்த்தது நினைவில் வந்து தொலைக்கிறது. எங்களுக்கு நடுக் காட்டில் அந்த டி.வியும், தலைவரின் வீரஉரையும் பரவசம்தான்.

எனக்கும் அந்தத் துவக்கில் மனம் தொற்றிக்கொண்டது. சொக்லட், பிஸ்கட்டுக்கு ஆசைப்படுவது போல் அதனையும் பக்கத்தில் வைத்திருக்கப் பிரியப்பட்டது மனம்.

இடையில் தேனீர் ஊற்றித் தந்தார்கள். நிறைய அண்ணாக்கள் கையில் துவக்குடன் இருந்து பக்திப் பரவசத்துடன் தலைவரின் உரையைக் கேட்டுக்கொண்டிருந்தார்கள்.

யாரும் பேசவில்லை. அன்று அடர்ந்த வனத்தில் அமர்ந்தபடி பிரபாகரனின் மாவீரர் தின உரையைத்தான் கேட்டிருக்கின்றேன் என்பதைப் பிற்காலத்தில் நினைத்து அதிசயப்பட்டதுண்டு.

அதைவிட ஆச்சரியம் அவர்களுடன் அங்கேயே உறங்கி, விடியற்காலையில் சின்ன அண்ணாச்சி வீதிக்கு அழைத்துச்சென்று விட்டார் என்பது எவ்வளவு அற்புதமான காலம் அது. யாருக்கும் எந்தச் சேதாரமுமில்லாமல் உறவுகள் துளிர்த்த காலம்.

இரவில் கடித்து இரத்தம் குடித்த நுளம்புகளையும் வழியில் கால்களைக் கீறிக்கிழித்த தொட்டாச்சிணுங்கி முற்களையும் தவிர எங்கள் இரத்தங்கள் மதிப்பாகவும் பெறுமதியாகவும் ஏன் கௌரவமாகவும் இருந்தது. இரண்டாயிரம் ரூபாயைப் பையில் போட்டுக்கொண்டு தொழிலுக்குச் சென்றால் கழுத்தில்லாமல் கிடக்கும் 'குடு'* காலமல்ல அது. எந்தக் காட்டிலும் உயிர்ப்பயமின்றி விசுவாசமாக உறங்கி எழும் அற்புத காலங்கள் அவை.

அண்ணாச்சியின் இயக்கத்துக்கு வரனும் என்ற வேண்டுகோளுடன் வாகனேரிக் குளக்கட்டும் உமர் மாமாவும் நினைவில் ஊஞ்சலாடுவதைத் தவிர்க்க முடியவில்லை.

---

* போதைவஸ்து

12

இயக்கத்தில் இணைந்து இணையற்ற கதா நாயகர்களாக ஊருக்குள் நாட்டாமை செய்துவந்த புஹாரியும் உமரும் முஸ்லிம் பிரதேச குறுநில மன்னர்களாக அரசோட்சிய காலம். உமர் நல்ல வசீகரமான இளைஞன். நான் விடுதியிலிருந்து விடுமுறையில் வீட்டுக்கு வரும்போதெல்லாம் முள்ளிவெட்டவானில் இருக்கும் வாப்பாவின் கடைக்கு வந்துவிடுவேன். இப்படி வரும்போதெல்லாம் இயக்கப்பொடியன்களில் கண் விழிப்பதுண்டு. பார்த்துப்பழகிய முகங்கள். கூடிக்குலாவிய நண்பர்கள். உருவத்திற்கு மிஞ்சிய துவக்குப்பிடிகள் சதா அவர்களைத் துன்புறுத்தியபடி துருத்தி நிற்கும். சிரிக்க மறந்த விழிகள் எதையோ வெறித்தபடி கனவுகளைத் தொலைத்துவிட்ட பரிதாபமாய் அந்த விழிகளின் கரிய நிழல் ஊஞ்சலாடுகிறது.

ஒரு மதிய நேரம் சைக்கிளில் வந்துகொண் டிருந்தேன். நீர் பம்பியின் வடதிசையில் குளக்கட்டின் ஓரத்தில் உமர் இருந்தார். அடர்ந்த பனை மரங்களின் கீழ் வலதுகையைக் கன்னத்தில் வைத்து ஊன்றியபடி அவர் படுத்திருந்தார்.

அவரைக் கண்டதும் சைக்கிளைவிட்டு இறங்கி அருகில் சென்றேன். அவர் துவக்கு பனை மரத்தில் சாத்தப்பட்டிருந்தது. இடுப்பில் ஒரு பட்டி. அதற்குள் குண்டுகளும் ரவைகளும் நிரப்பட்டிருந்தன. கையில் வாக்கிடோக்கி உறுமியபடி இருந்தது. என்ன மருமகன் வாப்பாட கடைக்கா என்றார். ஓம் மாமா என்றேன். பின்பு எனது படிப்பு, இன்ன பிற விசயங்கள் பற்றியெல்லாம் கேட்டார். அவர் சகோதரியின் மகனும் என்னுடன்தான் படித்தார். நானும் அவனும் நல்ல நண்பர்கள். அயல்வீடும் கூட. அவனைப்பற்றியும் விசாரித்தார். இடைநடுவில் அவன் படிப்பை முடித்து விட்டு மாமாவுக்கு எதிராகப் பொலிசில் போய்ச் சேர்ந்து துவக்குடன் திரிந்தது வேறு கதை.

ஒவ்வொரு கேள்விக்குப்பின்பும் நிதானமாக ஓய்வெடுப்பார். ஆற்றுப்பக்கம் பார்வை விழும்.

அமைதியாகவே சிரிப்பார். பொறுமையாக எல்லாவற்றையும் கேட்டுவிட்டுப் படித்து என்ன செய்யப்போறிங்க, பேசாம இயக்கத்துல சேருங்க என்றார். அந்தச் சிரிப்பு அப்படியே அவர் உதட்டில் அப்பிக்கொண்டு ஈரலித்தது. கிரிக்கெட் மட்டைக்குப் பதிலாக துவக்குகள் அரசோச்சிய யுகம் அது.

இப்படித்தான் இயக்கத்திற்கு ஓடிஓடி ஆள் சேர்த்தவர்களை இயக்கம் தலைகீழாக வெட்டிப் புதைத்த காலமும் வந்தது. 90ஆம்ஆண்டு யாழ்ப்பாணத்தை விட்டு முஸ்லிம்களை விரட்டிய பின் இயக்கத்திலிருந்த முஸ்லிம் போராளிகளையும் இயக்கம் ஓரங்கட்டியது. ஓரமென்றால் சுட்டுக்கொன்று தலைகீழாக மண்ணில் புதைத்தது.

உமர் மாமாவையும் இப்படித்தான் வாகநேரிக் காட்டில் புதைத்துவிட்டதாகப் பார்த்தவர்கள் சொல்லக்கேட்டு அதிர்ந் திருக்கிறேன். சக தோழனை, இயக்கத்திற்காக ஆள் திரட்டியவனை இயக்கமே தஞ்சமென நம்பியவனை, தன் சொந்த உறவுகளை வெறுத்து தலைவனை நேசித்து சமயத்தையும் சமுதாயத்தையும் தூக்கி எறிந்துவிட்டு இயக்கமே மூச்சு என நம்பி வந்தவனை ஒரே காட்டில் உறங்கி, ஒன்றாக வாழ்ந்தவனை உயிருடன் சுட்டுக்கொன்று புதைப்பதற்கு எப்படி மனசு வந்தது?

பிரபாகரன் என்ற கொடுங்கோலனால் மட்டுமே இது சாத்தியமாகும் என்பதை உமர் மாமாவை நிகர்த்த பலரின் மரணங்கள் எனக்கு உணர்த்திக்காட்டின.

மாவீரர் இல்லங்களுக்குப் பெட்டிகள் செல்வது போல் ஓட்டமாவடிக்கும் வாழைச்சேனைக்கும் புலிக்கொடி போர்த்திய சந்தூக்கு*கள் வந்தன. ஏன் போராடினோம், யாருக்காகப் போராடினோம், எதற்காகப் போராடினோம் என்ற தத்துவங்கள் தெரியாமல் அந்த ஜனாஸாக்கள்** அடக்கப்பட்டன. போரின் இழப்பு எங்களையும் அதிகமாகப் பாதித்தது. வெளிவராத இழப்புகள், பதி[illegible]ாத இழப்புகள் அனந்தம்.

மாவீரர் இல்லத்தின் கல்வெட்டுகளில் முஸ்லிம்களும் தமிழீழத்திற்காகத் தன்னைத் தியாகம் செய்து உறங்குகிறார் களென்றால் இந்தப் போராட்டம் எமக்கு என்னதான் பெற்றுத் தந்தது?

---

* முஸ்லிம்கள் இறந்த பின் உடலை காவிச்செல்லும் பெட்டி

** மரணித்த உடல்கள்

இரண்டாவது தடவையாகக் காடு என்னை வரவேற்றது. சாச்சா திரும்பிப்பார்த்துக் கஸ்டமா என்றார். இல்லை என்றேன். என் தோளில் சில சாமான்கள்.

நடக்கநடக்கக் காடு எங்களை ஆவென்று விழுங்கத் தொடங்கியது. சருகுகள் சரசரவென்று அழுந்த நடப்பது திகிலாக இருந்தது. கிளைக்குக்கிளை தாவும் மந்திகளின் அட்டகாசம். காட்டின் விலாவை உரசியபடி ஓடும் ஆற்றின் சலசலப்பு. சாச்சா காட்டிற்கு வசியப்பட்டவர் போல் அவர் பாட்டில் நடந்தார்.

சூரியன் உச்சியிலிருந்ததை சில பொட்டல் வெளிகள் வெளிச்சமாய்க் காட்டின. நடுவனத்தில் திருவிழா நடைபெறும் இடத்திற்கு வந்துசேர்ந்தாயிற்று.சாச்சா எப்படி இந்த இடத்தையெல்லாம் கண்டு பிடித்தார்.

கோதுமை மாவில் இந்த நூற்றாண்டின் இணையற்ற உணவுப்பண்டமாம் பராட்டாவையும் சம்முசாவையும் கொத்து ரொட்டியையும் தயிர் வடையையும் டேஸ்ட் கிழங்கையும் கண்டுபிடித்த நமக்கு இதுவொரு பொருட்டா?

மைதானத்திற்குள் திடீரென தூக்கிவீசப்பட்டதான உணர்வு. இதுவரை தாங்கிவந்த காடு காறித்துப்பியது போல் இருந்தது. ஏழாம் நாள் குழந்தைக்கு முடி சிரைத்தது போல் வனத்தின் ஒரு பகுதி நன்றாக துப்பரவாக்கப்பட்டிருந்தது.

புற்களற்ற தரையைப் பார்க்க எனக்கு அருவருப்பாக இருந்தது. ஓங்கிவளர்ந்திருந்த சில மரங்களின் கிளைகள் குடைபோல் வளைந்து நிழல் பிடித்து நின்றன. கந்துகளின் வகிடில் நழுவி வெளிச்சம் கீழே பாவியது. ஆல மரங்களின் இராட்சச விழுதுகள் பூமியை தொட்டபடி பெருமரமாய் ஆடிக் கொண்டிருந்தன.

13

ஆலமரங்களையும் விழுதுகளையும் கண்டவுடன் இலேசான அச்சம் பரவத்தொடங்கிற்று. நான் படித்துக்கொண்டிருந்த ஓட்டமாவடி முஸ்லிம் மஹா வித்தியாலயத்திற்கு முன் (தற்போது பாதிமா பாளிகா மகளிர் கல்லூரி) பெரியதொரு ஆலமரம். அனீபா காக்காவின் ஐஸ் பழ சைக்கிள் இடைவேளையில் தரித்து நிற்கத் தோதான இடம். அனீபா காக்கா ஏறாவூரிலிருந்து ஐஸ்பழம் விற்க சைக்கிளில் வந்து போவார். சில மூத்தம்மாக்களின் கச்சான், வடை வியாபாரமும் ஆலமரத்தின் கீழ் மும்முரமாய் இருக்கும்.

இன்றைய மூத்தம்மாக்கள் கச்சான், வடை விற்பதையெல்லாம் அறியமாட்டார்கள்; பேரப் பிள்ளைகளின் பாதுகாவலர், பிள்ளைகளின் வீடுகளில் காவல் பார்க்கும் இலவசக் காவலாளி, வெளியூரில் மாற்றலாகிப்போகும் குடும்பங்களில் சிறைவைக்கப்படும் சிறகிழந்த கிழட்டுக்கிளிகள். இந்த மூத்தம்மாக்களுக்கு பான்கீமூனைத் தெரியும். அவரின் உற்ற இலங்கை நண்பர் விமல் வீரவன்சவையும் தெரியும். கிரிக்கெட் தெரியும், அப்துல்கலாமைத் தெரியும். எனது மூத்தம்மாவுக்கு ஆலமரப் பேய்களையும் மரணத்தின் கட்டியக்காரி குருட்டுப்பக்குளையும் தவிர வேறென்ன தெரியும்.

இந்த ஆலமரத்தைப் பற்றி எனது மூத்தம்மா கதைகதையாகச் சொல்லுவா. அதன் விழுதுகள் பேய்களின் ஊஞ்சலாம். இரவில் அவைகள் கூட்டாக ஆடிக்கொண்டிருப்பதை பார்த்தவர்கள் மறுநாள் எழுந்திருக்கமாட்டார்களாம்.

நள்ளிரவில் சினிமா பார்த்துவிட்டு வந்தவர்கள்; தலைவிரிகோலமாக ஒரு பெண் இந்த ஆலமரத்தில் ஊஞ்சலாடுவதைப்பார்த்து இரத்தம் கக்கிச் செத்ததாகவும் மூத்தம்மா சொன்னா.

எஸ்.ஜே.சூரியாவின் சினிமாவைப் பார்த்துவிட்டு நள்ளிரவில் வருபவர்களுக்கும், சில தமிழ்நாட்டு எழுத்தாளர்களின் கதை களைப் படிப்பவர்களுக்கும் நவீன பேய்களில் நல்ல பரிச்சயம் இருக்கும் என்பது மகா உண்மை.

இன்னுமொருநாள் இப்படித்தான் தனியேவந்த ஒருவனிடம் தன் கை வரிசையைக் காட்டியதாம் பிசாசு. ஆலமரத்தின் அடியில் ஒரு பெண் பிள்ளையை வைத்துக்கொண்டு நின்றாளாம். பிள்ளை அழுது கொண்டிருந்ததாம். இவர் அருகில் சென்றவுடன் அந்தப் பெண் காக்கா இந்தப் பிள்ளய கொஞ்சம் புடிங்க என்றாளாம். இவருக்கு விசயம் விளங்கிற்று. ஆளும் பேய்களுக்குப் பயப்பிடாத ஆசாமி.

அடியேய் ஹராமில புறந்தவளே என்னிட்டயாடி உன்ற திருவிளையாட்ட காட்டுறாய் என்று திட்டி ஆயதுல்குர்சீயை ஓதி அவளுக்கு ஊதியபடி திரும்பிப் பார்க்காமல் வூட்ட வந்து கதவச் சாத்தியுள்ளார். மூடிய கதவில் ஓங்கி ஒரு அடி. ‘நீ தப்பிட்டாயடா மகனே’ என்று ஆக்ரோஷமாய் ஒரு முரட்டுப் பெண் குரல்.

அது யாருமில்ல மோகினிப்பிசாசு. இந்த ஆலமரத்துலதான் இருக்குதாம். தனிய வார ஆம்புளயலப் புடிச்சி இரத்தம் குடிக்குமாம். அது தார பிள்ளய வாங்கினா ஆள் சரி.

மூத்தம்மாவுக்கு இப்படிக்கதைகள் அத்துப்படி. ஆல மரத்தை வைத்து நிறையக் கதைகள் என் செவிகளுக்குள் வந்துசேர்ந்தன. ஆலமரங்கள் என் வாழ்க்கையில் மரண பயத்தை விதைத்துச் சென்றமைக்கு மூத்தம்மாவின் பேய்க்கதைகளும் காரணம்.

ஆலமரத்தில் வெள்ளைப்புடவையுடன் தலைவிரி கோலமாகப் பாட்டுப்படித்து, சோகமாய் கம்மிங் பண்ணியபடி நடந்துபோகும் ஆவிகளைச் சில சினிமாக்களில் பார்த்திருக்கின்றேன்.

நான் பாடசாலை விட்டதும் ஆலமரத்தைத் திரும்பிப் பார்க்காமலே வீட்டுக்குச் செல்வேன். குறிப்பாக மதிய நேரத்தில் அந்தப்பக்கம் தலைகாட்டவே மாட்டேன். இந்தப் பேய்க்கதைகள் மனிதர்களின் வாழ்க்கையில் மிகப்பெரும் நம்பிக்கை மாற்றத்தை ஏற்படுத்தியிருக்கின்றன.

அறிவு வளர்ச்சியும், சன்மார்க்கங்களின்பாலுள்ள நாட்டமும் இவைகளைப் புறந்தள்ளி வீசியிருக்கின்றன. இறந்தவர்களால் உலகில் உயிருடன் உலாவரமுடியாது என்ற பேருண்மையின் ஒளிக்கீற்றுப் பரவப்பரவ அறியாமை என்ற இருள் விலகியே விட்டது.

இப்போது ஆலமரம் நின்ற இடம் சில படித்தவர்களின் செல்லுபடியற்ற செக், திருப்பிச் செலுத்தாத கடன், சில விதானைகளின் இலஞ்சக்கணக்கு பார்க்கும் தளமாகவும், சண்டைகளின் உறைவிடமாகவும், சில வாலிபர்களின் மாலைநேர தேவியர் தரிசனங்களுக்காகவும் உபயோகப்படுகின்றது என்பது வேறு விடயம்.

லதீப் ஹாஜியாரின் பேக்கரியில் மாலை நேரம் வீசும் மொறுமொறு பாண் வாசத்திற்கு வராத பேய்களா இனியும் வரும்?

சரி அது அப்படியே இருக்கட்டும்.

நான் சாச்சாவுடன் வனத்திற்குள் வந்த கதைக்கு வருகிறேன். ஆதிவாசிகளின் ஆண்கள் வெற்றுடம்புடன் இடுப்பில் கச்சை யுடன் திரிந்தார்கள். ஓங்கிவளர்ந்த மரங்கள் நகர்வது போல் இருந்தன. பெண்களோவெனில் ரவிக்கை அணியாத மார்புகளைச் சேலையால் இழுத்து மறைத்தபடி முழங்காலுக்குச் சற்று மேல் நோக்கி சேலை கட்டிக்கொண்டிருந்தார்கள்.

பெரும்பாலானவர்கள் காதுகளில் பெரிய வளையங்களையும் மாட்டிக்கொண்டு மூக்குத்தியும் அணிந்திருந்தார்கள். சதா வெற்றிலையைக் குதப்பிக்கொண்டு புளிச்புளிச்செனத் துப்பித் திரிந்தார்கள்.

தூர இடங்களிலிருந்து மாட்டுவண்டிகளில் குடும்ப சகிதம் சனங்கள் வந்து குழுமியிருந்தனர். ஒவ்வொரு குடும்பத்தினரும் தோதான மரங்களில் கூடாரமடித்துத் தங்கியிருந்தனர். காட்டின் அமைதியைக் கெடுக்குமாற் போல் குஞ்சு குருமான்களின் கும்மாளம். இளவல்கள் ஆற்றில் குதிப்பதும் மரங்களில் தாவுவதுமாக காடே தன் இயல்பை மீறி அந்தரப்பட்டது.

சாமியாட்டத்திற்குரிய ஆயத்தங்களைப் பூசாரி செய்தார். அவரைப் பார்க்கவே அச்சமாக இருந்தது. கருத்த ஆஜானு பாகுவான ஆகிருதி. சிவப்பேறிய கண்களால் உருளஉருள காட்டையே சுற்றிவந்தார். மஞ்சள்நீரால் ஆசீர்வதிக்கப்பட்ட சில ஆடுகளும் சேவல்களும் அவர் காலடியில் திமிறிக்கொண்டிருந்தன. சாம்பிராணிப் புகை பனிப்புகாரென மேலெழுந்து கரைந்து மறைந்தது.

14

சாமியாட்டம் திகில் நிறைந்த அனுவத்தைத் தந்தது. பூசாரி சாமியாட்டம் நிகழும் இடத்தில் நின்றபடி மந்திரங்களை உச்சரிப்பார். உடுக்கை ஒலிகள் ஓங்கி ஒலிக்கும். காடே அதிரும். பறவைகள் கீச்சிட்டபடி மரத்திலிருந்து சிறகடித்துப் பறக்கும். வெற்றுடம்புடன் நிற்கும் பூசாரியின் மேனியெங்கும் திருநீற்றை அள்ளிப்பூசுவார்கள்.

செம்பருத்திப்பூக்கள் அவர் காலடியில் கசங்கி உதிர்ந்து கிடக்கும். சாமியாட்டம் நிகழ்வது பெரும்பாலும் ஆலமரத்தின் கீழ்தான். நெருப்புக் கங்குகள் மரத்தைச்சூழவும் தகித்துச் சுழலும். கண்கள் தொடும் தூரம்வரை இருள் கவிழ்ந்து அச்சத்தைத் தரும். புதுக்குடங்களில் தண்ணீர் தழும்பிக்கிடக்கும்.

உடுக்கையொலி வெறிபிடித்து உயரஉயர பூசாரி நிதானமிழந்து ஆடத்தொடங்குவார். இடுப்பில் கட்டப்பட்டிருக்கும் சிவப்புநிறத் துண்டை அவிழ்த்து மீண்டும் இறுகக் கட்டிக்கொள்வார். தலையைச் சிலுப்பி அவர் ஆடத்தொடங்க கூட்டம் ஆவென்று வாய் பிளந்து நிற்கும். அவரைச்சுற்றி ஆனால் சற்றுக் கைதொடும் தூரத்தில் ஆண்களும் பெண்களும் வட்டமிட்டு நிற்பார்கள். இந்த நெரிசலுக்குள் நுழைந்து ஒரு ஆட்டுக்குட்டிபோல் தலையை நீட்டி சாமியாட்டத்தை பார்க்கத் தொடங்கினேன். சாச்சா முன் பின்வரிசையில் நின்றபடி கடையில் ஒரு கண்ணும் சாமியில் ஒரு கண்ணுமாக இருந்தார்.

பூசாரி திடீரெனக் கூவென்று அலறினார். அவர் காலடியில் கிடந்த பாணிச்சேவல் அச்சத்தால் கொக்... கொக் என்றது. 'தாடா... தாடா...' என்றார். அவர் குரல் இடிபோல் முழங்கியது. கண்கள் பெரிதாகி வட்டமிட்டு இரையை கவ்வும் வெறியுடன் ஒரு மிருகம் போல் அலைந்தன. கூட்டம் அச்சத்தில் உறைந்திருந்தது. உதவியாளர்கள் பூசாரியை இழுத்துப்பிடித்தபடி நிற்க, ஒருவர்

சேவலை வெட்டி இரத்தம் ஒழுக முன்னால் காட்டினார். கற்பூர வெளிச்சத்தில் சேவலின் தலை தொங்கி இரத்தம் சொட்டுவதை நடுக்கத்துடன் பார்த்துக்கொண்டிருந்தேன். சிறு பிள்ளைகளும் பெண்களும் சற்று மிரண்டு அவசத்துடன் விலகினர். பூசாரி கோழியைக் கையில் எடுத்துப் பச்சை இரத்தத்தை முகர்ந்தபின் கோழியை ஆலமரத்திற்கப்பால் வீசினார். ம் . . . ம் . . . என்று சதா கர்ஜித்தபடி இருந்தார்.

ஒவ்வொருவராக அவர் முன் வந்து வணங்கி காணாமல் போன பொருட்கள்பற்றிக் கேட்கத்தொடங்கினர். கேள்வி கேட்க எனக்கும் ஆசையாக இருந்தது. வாப்பா ஆசையாக வாங்கித்தந்த புதுச்செருப்பு வெள்ளிக்கிழமை பள்ளியில் வைத்துக் காணாமல் போய்விட்டது, களிசனில் மறைத்து வைத்த ஐம்பது சதமும், காணாமல் போன மர்மம் தெரியாது. பூசாரியிடம் கேட்டால் என்ன ?

பிறகு ஒரு பயம் நெஞ்சுக்குள் குமிழிபோல் நடுங்க வைத்தது. எனது காணாமல்போன பொருட்களைக் கேட்கப்போய் நான் யாருக்கும் தெரியாமல் எடுத்த பொருட்களையும் பூசாரி சொல்லி அதையெல்லாம் குடுடா என்றால் நான் எங்கே போக?

வாப்பாவிடம் ஒரு டோர்ச் லைட் இருந்தது. அதன் பின்பக்க மூடி சரியாக மூடுப்படாது என்பதனால் ஒரு ரூபா அல்லது ஐம்பது சதக்குற்றியை பெற்றரியின் பின்பக்கம் வைத்து டோர்ச்சின் மூடியில் அண்டுமாற்போல் இறுக மூடுவார். இந்தத் தங்கமலை இரகசியம் எனக்குத் தெரிய வாப்பாவின் டோர்ச்சில் அடிக்கடி ஒரு ரூபா ஐம்பது சத நாணயங்கள் காணாமல் போகத் தொடங்கின. இன்றுவரை பிச்சைக்காரர்களுக்கு உம்மாதான் சில்லரை இல்லாததால் அந்தக் குற்றிகளைக் கொடுத்தது என்று அவர் நினைத்துக்கொண்டிருப்பதால் பூசாரியிடம் ஏன் மாட்டுப்பட வேண்டும்.

தவிர யாசீன் பாவாவின் தோட்டத்தில் அத்துமீறிப் பறித்த முந்திரி, மா, விளாம்பழங்களின் சுவை கேட்க விடாமல் அரணாகத் தொண்டைக்குள் சிக்கியது. பூசாரியைப் பார்க்காமலேலே நழுவி சாச்சாவிடம் வந்து நின்றேன்.

இன்றைக்கு அந்தப் பூசாரியிருந்தால் சாமியாடச்சொல்லி கிடாய் வெட்டிக்கொடுத்து காணாமல்போன பலரைப்பற்றிக் கேட்டிருக்கலாம். கோட்டை புகையிரதநிலையத்திற்கு முன்னால் காணாமல்போனோரின் புகைப்படங்களுடன் கண்ணீர் சிந்தி நிற்கும் பெண்கள் நெஞ்சில் குடம் குடமாய்ப் பால் வார்க்கலாம். அமெரிக்காவின் சீல் படையினர் கவர்ந்தெடுத்துச்சென்ற ஒசாமா பின்லேடனின் ஜனாசா எங்கிருக்கின்றது என்பதையும் வன்னியில் இறுதிக்கட்டப்போரில் காணாமல் கண்டுடெடுத்த

தங்கக்குவியல்கள் யாருடைய கையில் இருக்கின்றன என்பதையும் கண்டுபிடிக்கலாம். இது தவிர எதிர்கட்சிகளின் மண்டைக்குள் சீகிரிய குழிகள் போல் சதா கொட்டிக்கொண்டிருக்கும் கே.பி என்ற புலிகளின் சர்வதேசத் தொடர்பாளர் இலங்கையில் எங்கே இருக்கின்றார் என்பதையும் அவர் ஓடவிட்ட கப்பல்கள் எங்கே என்பதையும் கண்டுபிடித்திருக்கலாம். அந்தப் பூசாரியும் சாமியாட்டமும் இருந்திருந்தால் நிறைய கேள்விகள் என்னிடம் இருக்கின்றன. அவற்றையெல்லாம் அச்சமின்றிக் கேட்டிருக்கலாம். காலம் வெகுதூரம் எல்லோரையும் தொலைத்து விட்டு வேடிக்கை பார்க்கும் அழகே அழகு.

நானும் இப்படித்தான் ஒரு நாள் காணாமல் போன ஒரு இள நெஞ்சின் ஆசையைக் கண்டுபிடித்துக் கொடுத்தேன். உறவினர் ஒருவரின் வீட்டிற்குப் போயிருந்தேன். பதினான்கு வயது மதிக்கத்தக்க ஒரு பெண் பிள்ளையைச்சூழ சனங்கள் நின்றிருந்தனர். என்னவென்றேன்.

இவக்கு ஜின் பிடிச்சிட்டு என்றனர். ஜின்னாவது மண்ணாவது விலகுங்கள் என்றேன். பிள்ளை வானைப் பார்த்தபடி படுத்திருந்தாள். கண்களை அகலத்திறந்தபடி அவள் படுக்கும் தோரணை எனக்குள் சில முடிவுகளை எடுக்கத் தோதாக இருந்தது. கூட்டத்தை அப்புறப்படுத்தி விட்டு எல்லோரும் சற்று அப்பால் போங்கள் நான் ஜின்னுடன் பேசப்போகின்றேன் என்றேன். பிள்ளையிடம் தனிந்த குரலில் ஜின்னே உனக்கு என்ன வேண்டும் கேள். பேசாமல் இருந்தால் அடிப்பேன் என்றேன். எனது கையில் பிரம்பும் இருந்தது. பிள்ளை முரண்பிடிப்பது தெரிந்தது. பிரம்பை ஆத்திரத்துடன் ஓங்கினேன். அடிக்கும் எண்ணமில்லை. பிள்ளை மெல்லிய குரலில் கீச்சிட்டது. எனக்கு அப்பிள் பழம் தாருங்கள் போய்விடுகிறேன்.

சரி நான் அப்பிள் வாங்கித் தருகின்றேன். எழும்பு என்றேன். பிள்ளை எழும்பித் தண்ணீர் வாங்கிக் குடித்து விட்டு எதுவும் நடவாதது போல் சென்றது. குடும்பத்தின் வறுமை. நீண்ட நாட்களாக அப்பிள் சாப்பிடும் ஆசை. இந்த உத்தியைக் கையாள வைத்துள்ளதே தவிர ஜின்னுமில்ல பேயுமல்ல. ஜின் வைத்தியத்தைத் தொழிலாக செய்யும் பலர் இந்த வித்தைகளைத் தெரிந்துதான் கொள்ளையடிக்கிறார்கள்.

நான் சாச்சாவிடம் போய் அண்டிக்கொள்ளவும் சாமி யாட்டம் முடியவும் சரியாக இருந்தது. பூசாரி இயல்பாக எழுந்து புதுக்குடத்திலிருந்த தண்ணீரைக் குடித்துவிட்டு நடக்கத் தொடங்கினார். அவர் வீசியெறிந்த சேவலை நரி தூக்கிச் செல்லாமலிருக்க அவர் வரம் கேட்டிருக்க வேண்டும். நான் கடைவேலைகளைக் கவனிக்கத்தொடங்கினேன்.

15

ஜின் என்றவுடன் என் நினைவு மரத்தில் பல ஊஞ்சல்கள் ஆடத்தொடங்குகின்றன. ஜின்னை வைத்து ஒரு கதையை எழுதியிருக்கின்றேன். ('ஜின்' – முஸ்லிம் குரல் 2005 'உடைந்த கண்ணாடிகளில் மறைந்திருக்கும் குருவி' சிறுகதைத்தொகுதியில் இக்கதை சேர்க்கப்பட்டுள்ளது.)

நான் அட்டாளைச்சேனை விடுதியில் தங்கிப் படித்த காலம். மாலைவேளையில் ஆசிரியர் பயிற்சிக் கலாசாலையின் விளையாட்டு மைதானத்திற்குச் செல்வோம். அங்கிருந்து ஒரு பொடி நடை போட்டு அக்கரைப்பற்று எல்லைவரை சென்றுவிட்டுத் திரும்புவோம். இப்போது வைத்தியசாலை அமைந் திருக்கும் இடம் கருங்கொடித்தீவின் எழுவட்டவான் மைதானம். சதுப்பு நிலம். நண்பர்கள் புடைசூழ இலக்கியத்தின் வேர்களைக் கெல்லி* எறிந்து விளையாட்டு நடக்கும். நண்பர்களான எம். பௌசர், என். ஆத்மா, ரஷ்மி, மஜீத் (பொத்துவில்), கருங்கொடியூர் கவிராயர் என அறியப்பட்ட மறைந்த நண்பர் அமீனுத்தீன், ஏ.எம். தாஜ், அக்கரைப்பற்று ஜாபிர் என ஒரு பட்டாளமே கூடியிருப்போம். வாராந்தம் *தினகரன்* கவிதை சாகரத்திலும், *சரிநிகரி*லும் பிரசுரமாகிய எங்களின் கவிதைகளைப் பற்றிய கருத்துகள் விவாதிக்கப்படும். காலம் இப்போது எங்களைத் திசைக்கொன்றாகப் பிரித்துப்போட்டுள்ளது. ஆளுக்கொரு திசை. அந்தக் கனாக்காலம் மீண்டும் வாராதா என்ற ஏக்கம்! அக்கரைப்பற்றுக்குச் செல்லும்போதெல்லாம் மனசில் வந்து மோதிவிட்டுச் செல்கிறது.

இலக்கிய அரட்டைக்குப்பின் மீண்டும் அட்டாளைச்சேனைக்கு நடை. நான் மைதானத்திற்கு செல்லாத நாட்களில் நண்பர் பௌசர் விடுதிக்கு

---

* நிலத்தைக் கிளறுவது

வந்துவிடுவார். துவிச்சக்கர வண்டியில் வியர்த்து விறுவிறுக்க பெடலில் ஒரு காலும் தரையில் மறுகாலுமாக நின்றபடி கதைப்பார். முக்கிய இலக்கியத் தகவல்களைத் தந்துவிட்டுப்போவார். அக்காலத்தில்தான் அவரின் கைவண்ணத்தில் *தடம்* இலக்கிய சஞ்சிகையும் வெளிவந்துகொண்டிருந்தது.

இப்படித்தான் ஒரு மாலை நேரம் நடையை முடித்துவிட்டுத் திரும்பிய நேரம் விடுதியில் இருக்கும் பள்ளிவாயலில் மாணவர் கூட்டம் திமுதிமுவென்றிருந்தது. என்னவென்று எட்டிப்பார்த்தால் அக்குரனையைச்சேர்ந்த ஒரு மாணவர் படுத்தபடி இருந்தார். கண்கள் முகட்டை வெறித்தபடி இருந்தன. என்னவென்றேன். இவருக்கு ஜின் பிடித்திருக்கு என்றார்கள்.

விடுதியில் இணைந்து ஆறுமாதம் இருக்கும். ஹஜ் விடுமுறைக்குப்பின் அடுத்த விடுமுறைக்காக கலண்டரின் பக்கங்கள் நீண்டு செல்வதால் ஜின் பிடிக்க வாய்ப்பு அதிகம். விடுமுறைக்குப்பின் விடுதிக்குக்குத் திரும்பியதும் முதல் வேலை யாக அடுத்த விடுமுறை எப்போது வருமென்று ஊகித்துக் குறித்த மாதத்தில் திகதிக்கு நேர் கோடிட்டு வைப்போம். ஒவ்வொரு நாளும் நாட்களைக் கணக்கிடுவதில் அப்படியொரு சந்தோஷம்.

பெரிய உஸ்தாதுக்குத் தகவல் போய்ச் சேரவும் அவரிடம் உள்ள ஜின் விரட்டும் பிரம்பு வரவும் நாங்கள் கலைந்துபோனோம். ஆனால் சற்று தூரத்தில் நின்றபடி அந்த ஜின் உஸ்தாதின் பிரம்படியில் அலறிச்செல்லும் காட்சியைப் பார்க்க ஆவலாய் இருந்தோம்.

சும்மா நின்றிருந்த நண்பர்கள் நிறையக் கதைகளை அவிழ்த்து விட்டார்கள்.

“சாமத்துல பாத்றூம் போய் குந்தினா ஆருண்டு தெரியா மச்சான் வெளியில நின்று லைட்ட ஓப் பண்ணுரதும் போடுரது மாக இருந்தாங்க. வெளிய வந்து பார்த்தா ஒருத்தரும் இல்ல,” என்பான் ஒருவன்.

“எனக்கும் அப்படித்தான்டா ஹவ்லுல* தண்ணிய அள்ளி இறைக்கிற மாதிரி சத்தம் கேட்டுச்சி பார்த்தா தண்ணி ஆடும் ஆள் இல்ல” என்றான் இன்னொருவன்.

---

* பள்ளிவாயல்களில் அங்க சுத்தி செய்யவென வைக்கப்பட்டுள்ள நீர்த் தொட்டி

ஜின் மின்குமிழ்களை அணைக்கும் கதை இதுதான். களப்புப் பகுதியில் (பக்கத்தில் அழகான நீண்ட தாமரைக்குளம்) அதிகமான காற்று வீசும். பழைய ஹோல்டர், காற்றுக்கு இடம்விட்டுப் பின்பு சரியாகிவிடும்; இடம் விடும்போது லைட் ஓப் ஆகும். சரியாகும்போது லைட் எரியும். ஜின்கள் இலங்கை மின்சார சபையில் ஓய்வில்லாமல் இராப்பகலாக வேலை செய்வதை நினைத்தால் பாவமாக இருக்குது.

பெரிய உஸ்தாத் ஜின்னுடன் இரகசியமாகப் பேசினார். அவர் சூரதுல் ஜின் (ஜின் அத்தியாயத்தை) ஓதி ஜின்னை வசியம் பண்ணப்போரார் என்றான் ஒருவன். அப்ப நாம சூரதுல் பீல் (யானை அத்தியாயம்), சூரதுன்னிசா (பெண்கள் அத்தியாயங்களை) ஓதினால் அவைகளை வசியம் செய்ய ஏலுமாக்கும் என்றான் மற்றொருவன். இந்த நவீன யுகத்தில் ஜின்னை விரட்ட இசும் எழுதித் தண்ணீர் தாங்கியில் கரைத்துவிடுவதும், இசுமை நகல் எடுப்பதும் சில மௌலானாக்களின் கைங்கரியம். மனிதர்களை வசியம் பண்ண இப்ப ஜின்கள் எதற்கு, கையில் ஒரு கார். கழுத்துப்பட்டி சகிதம் வீடுவீடாக ஏறி இறங்கி நிதிக்கம்பனிகளின் துதி பாடினாலே போதும் வசியம் ஆகாத சகல சாத்தானும் வசியமாகிவிடும். வட்டி எனும் மாய வலை விரிக்கப்படும் வித்தை இதுதான்.

ஒரே சளக்புளக் கதைகள். பெரிய உஸ்தாத் அவனை ஊருக்கு அனுப்ப முடிவு செய்திருப்பதாகச் சொன்ன மறு நொடியில் கண்களை முகட்டிலிருந்து விடுவித்தான். உஸ்தாத் மனவசியம் படித்தவர். ஜின்களின் மன ஓட்டங்களைப் படிப்பது பெரிய சிரமல்லவே! இருந்தாலும் அவர் ஜின்னுக்கு அந்தப் பிரம்பால் நாலு அடி அடிக்காதது பெரும் ஏமாற்றமாக இருந்தது.

எனக்கும் இப்படித்தான் ஜின்னின் திருவிளையாடல் வாய்த்தது. 1992இல் மத்திய மாகாணத்தில் குருணாகல் வீதியில் அமைந்துள்ள சிறு நகரம் ஹேதெனிய. கண்டி மத்திய பஸ் நிலையத்திலிருந்து கலகெதர, கண்டி, பஸ்களில் ஏறினால் ஹேதெனியவில் இறங்கலாம். அல்லது வெரல்லகம பஸ்சிலேறி, பல்கும்புர என்ற இடத்தில் இறங்கினால் நான் பணிசெய்த இடம் வரும். நூற்றுக்கு மேற்பட்ட படிகள் ஏறி சம தரையைத் தொட வேண்டும்; பள்ளிவாயல் மையவாடிக்குப் பக்கத்தில். இரவில் ஆட்கள் நடமாட்டம் இல்லை. மரங்களையும் பனிப்புகார்கள் மூடிக்கிடக்கும். பள்ளிவாயலின் அறையில் தனியேதான் தங்க

வேண்டும். 'மோட்சம்' கதையின் கதைக்களம் இந்த ஊர்தான். பணிக்கமர்ந்த சில நாட்கள் தனிமையில்தான் காலம் கடந்தது. தனிமை என்பது அந்த வயதில் பெரிய சுமையாகத் தெரிய வில்லை. எதற்கும் அஞ்ஞாத நெஞ்சு.

ஒரு நாள் அதிகாலை இரண்டு மணி இருக்கும். அறையில் தனிமையில் தங்கியிருந்தேன். வெளியே தண்ணீர் சத்தம் கேட்டது. யாரோ முகம் கழுவிக் கைகால்கள் கழுவித் தன்னை முழுமையாகச் சுத்தப்படுத்திக்கொண்டு பள்ளிக்குள் நுழைவதைக் கேட்டுக்கொண்டு படுத்திருந்தேன். கால் துடைப்பானில் கால்களை நன்றாகத் துடைப்பதும் துல்லியமாகக் கேட்டது. வெளியே சத்தம் கேட்டால் என்னவென்று பார்க்காமல் தூக்கமே வராது என்பது என் பிறவிக்குணம். கிறீஸ் மனிதன் விடயத்தில் மட்டும்தான் அது பொய்த்துப்போனது.வருகின்றவர் யாராக இருக்கும் என்ற ஆவலில் கதவைத் திறந்தேன்.

16

என் சர்வாங்கமும் ஒடுங்கி இதயம் வெடித்து விடுமாற்போல் அடித்துக்கொண்டது. ஐந்தடி உயரமுள்ள கருத்த நாயொன்று பாய்வதற்குத் தயாராக இருந்தது. கண்கள் நெருப்புக்கங்குகள் போல் சுடர்விட்டு மின்னிக்கொண்டிருந்தன. தீட்டிய வால் போல் நாக்கு நீண்டு ஈரத்தில் மினுமினுத்தது. திறந்த வேகத்தில் கதவை இழுத்து மூடினேன். பருந்தின் கால்களில் அகப்பட்ட கோழிக்குஞ்சாகத் தேகம் நடுங்கியது. வியர்வையில் தெப்பமாகிப் பிரமையுடன் கட்டிலில் குந்திக்கொண்டிருந்தேன். காதுகள் இரண்டும் வெளியில் இருந்தன. ஒரு சிலமனுமில்லை. அக்காலத்தில் கையடக்கத் தொலை பேசி வசதிகள் இல்லாத காலம். எனக்கு ஊரிலிருந்து கடிதம் மட்டும்தான் வரும்.நானும் அப்படித்தான் வாரமொரு முறை தபால் அனுப்புவேன்.

எத்தனை மணிக்குத் தூங்கினேன் என்று தெரியாது. காவன்னா ஹாஜியார் வந்து கதவைத் தட்டுமட்டும் தூங்கியிருந்தேன். காலையில் யாரிடமும் இரவு நடந்த சம்பவத்தைச் சொல்லவில்லை. மறுநாள் இரவு தனியே தூங்குவதில்லை என்ற முடிவுடன் இருந்தேன். அங்கு பணி செய்த ஒரு வருடமும் நண்பர்கள் புடைசூழத்தான் தூங்கினேன். எனது உஸ்தாதிடம் கேட்டேன்.

“மகன் அது ஜின். பள்ளியில் இபாதத்துக்கு வருவது நல்ல ஜின்களின் அன்றாடப்பணி. அது நாய் பாம்பு ரூபத்திலும் வரும் என்பது ரசூலுல்லாஹ்வின் பொன் மொழி” என்றார். அது சரி பள்ளிவாயலுக்குள் வரும்போதும் நாய் வேசம் எதற்கு என்று ஜின்னிடம் கேட்டிருக்க வேண்டும். அதற்குப்பின் அதைக்காணும் பாக்கியம் கிடைக்கவே இல்லை. மனிதர்களே குதறிக்கடிக்கும் வேட்டைப்புலி வேசத்தில் பள்ளிவாயலுக்குள் நுழையும்போது ஜின் வந்தால் என்ன? நான்

தம்புள்ள பள்ளிவாயலுக்குள் (20.04.2012) வந்தவர்களை இப்படிச் சொல்லவில்லை.

அவ்வப்போது கருப்பு நாய்களைக் காணும்போது அந்தக் காட்சி மனதை விட்டகலாமல் பயமுறுத்திக்கொண்டுதான் இருக்கிறது.

99 காலப்பகுதியிலும் இப்படித்தான் ஜின்னில் அகப்பட்டுக் கொண்டு திமிறியிருக்கின்றேன். வவுனியா வீதியில் மதவாச்சி நகருக்கு அண்மையிலிருக்கும் கிராமம் இக்கிரிகொல்லாவ. என்னுடன் படித்த இரு நண்பர்களின் கிராமம். ஏ.எல். எடுத்த பின் இங்கெல்லாம் வந்திருக்கின்றேன். வறட்சியான ஊர். விவசாயம், கால்நடை வளர்ப்புதான் பிரதான தொழில். பெரும்பாலானோர் வீட்டு முற்றத்தில் மாட்டுப்பட்டி இருக்கும். ஆடுகளும் நாட்டுக்கோழிகளும் சர்வசாதரணமாக முற்றத்தில் கிடந்து மேயும்.பெண்கள் சாணி அள்ளுவதும் ஆடுகளை மேய்ச்சலுக்கு அனுப்புவுதிலும் இருப்பதைக் கண்டிருக்கின்றேன்.

புலிகளால் துரத்தியடிக்கப்பட்ட முல்லைத்தீவுவாசிகளின் அகதிமுகாமும் இருந்தது. சுற்றுத்தொலைவில் மன்னார் அகதிமுகாம் ஒன்றும் இருந்தது. மன்னார் வேப்பங்குளம், சாளம்பைக்குளம் நண்பர்களும் இக்கிரிகொல்லாவ அகதிமுகாமில் தங்கியிருந்தது எனக்கு வாய்ப்பாகப் போய்விட்டது.

யாழ்ப்பாணத்து முஸ்லிம் குடும்பங்களும் தங்கியிருந்தார்கள். சில யாழ்ப்பாணத்துப் பிள்ளைகள் எனது மாணவர்களாக இருந்தார்கள். இக்கிரிகொல்லாவையில் சீக்கிரமாக வேலை கிடைக்கும் என்று எதிர்பார்க்கவே இல்லை. நண்பர்களின் ஊர் என்பதால் வறட்சி வசதிவாய்ப்புகளை மறந்து வந்து விட்டேன். இங்கு வருவதற்கு இன்னுமோர் காரணம் எனது மச்சான் மன்சூர் மதவாச்சி மில்போர்ட் மேனேஜராக மாற்றலாகி வந்திருந்தார்.

இங்கு வந்த பிறகுதான் அன்றாடத் தினசரிகூட இல்லாமலிருப்பது தெரிந்தது. இரண்டு மைல் தொலைவில் உள்ள ரம்பாவ நகருக்குச்சென்று பத்திரிகை எடுத்துவந்து படிப்பது என் அன்றாடப் பழக்கங்களில் ஒன்றாக இருந்தது. அல்லது மதவாச்சிக்குப்போய் மச்சானுடன் கதைத்துவிட்டு வருவது. யுத்தம் உச்சத்தில் நின்ற காலம். இராணுவ நெருக்குவாரங்களும் புலிகளின் பழிவாங்கல்களும் குறைவில்லாமல் மக்களுக்குக் கிடைத்துக்கொண்டிருந்தன.

அந்தக் கிராமங்களில் பெரும்பாலும் அறையில் தூங்குவதும் பேக்கரியில் வேகுவதும் ஒன்றுதான். நான் அறையில் படுப்பது கிடையாது. இருக்கவே இருந்தது மிகப்பெரிய பள்ளி முன்மண்டபம்.

முஅத்தினார், வழிப்போக்கர்கள் என ஒரு பட்டாளமே பள்ளியில் தங்க தினமும் ஆட்கள் கிடைத்தார்கள். நானும் அன்று அப்படித்தான் அயர்ந்து தூங்கிக்கொண்டிருந்தேன். பள்ளிவாயலில் மிம்பர்*ருக்கு எதிரே உள்ள தலைவாயிலில் யாரும் உள்ளே நுழைந்து விடாதவாறு குறுக்காக மரமொன்றைத் தறித்து வீழ்த்தியதைப்போல் படுத்துக் கிடந்தேன். வெற்றுடம்பு ஈரமான காற்றுடன் மின்விசிறியின் காற்றும் ஒருசேரத் தாலாட்டுப் பாடியிருக்க வேண்டும். நல்ல தூக்கம்.

அதிகாலை ஒரு மணி தாண்டியிருக்கும். வலிமையான இரு கரங்கள் எனது கால்களைப் பிடித்து மேல் நோக்கியவாறு சுழற்றி எடுத்ததை உணர்ந்தேன். என்ன நடக்குதென்று நிதானிக்க முடியவில்லை. அதிர்ச்சிமேல் அதிர்ச்சி. இரு கால்களும் அசைக்கவே முடியாத அளவிற்கு இரும்புப்பிடி. என்னை அந்தரத்தில் ஒரு பம்பரம் போல் சுற்றிக்கொண்டிருப்பது யார்? கனவா என்று யோசித்துப் பார்த்தேன். பலம்கொண்ட மட்டும் கத்திப் பார்த்தேன். இடுப்பிலிருந்த சாரம் நழுவி விடுமாற்போல் இருந்தது. கனவல்ல என்று உணர்ந்தபின் முழுப்பலத்தையும் குவித்துக் கத்தினேன்.

நான் படுத்த இடத்திலிருந்து சற்று அப்பால் நான் வீசப் பட்டுக் கிடப்பதை உணர்ந்தேன். பள்ளிவாயலுக்குள் படுத்த முஅத்தின்சாப்தான் முதலில் என் காட்டுக் கத்தலைக்கேட்டு ஓடிவந்தார். என்னைப் பார்த்ததும் அவர் பயத்தில் உறைந்து போய்ப் பின் நிதானித்து குடிக்கத் தண்ணீர் தந்தார். நடந்ததைச் சொல்வதற்கு எனக்கு அவகாசம் தேவைப்பட்டது. திக்பிரமை பிடித்தவன் போல் தூங்கிய இடத்தைப் பார்த்தேன். போர்வையும் தலையணையும் அப்படியே கிடந்தது. அது ஜின்னின் வேலையாக இருக்கும். ஓதி ஊதிக்கிட்டு படுங்க என்றார். பள்ளிவாயலின் தலைவாயலில் படுக்கப்படாது. ஜின் வருகின்ற நேரம் வழியில் படுத்தால் இப்படித்தான் செய்யும். வருகின்ற ஜின்னுக்கு எவ்வளவோ வாசல் இருக்க என்னைப் பம்பரமாய்ச் சுற்றி வேடிக்கை காட்டிய மர்மம் என்ன? மற்றது நான் தூங்கும் போது சொல்லாமல் ஜின்னிடம் என்னை மாட்டிவிட முஅத்தின்சாப் திட்டம் போட்டாரா? எந்த ஜின்னிடம் கேட்கலாம்? காலம்தான் பதில் சொல்ல வேண்டும்.

---

* வெள்ளிக்கிழமைகளில் பிரசங்கம் நடாத்த பயன்படுத்தப்படும் மேடை

17

நான் சாச்சாவுடன் வனத்திற்குள் வந்த கதைக்கு மீண்டும் வருகிறேன். இடைவழியில் சந்திப்பதற்கு இப்படி நிறைய சமாச்சாரங்கள் வரும்.

சாச்சா கடையைப் பரத்தி சாமான்களை அடுக்கினார். இன்னும் பலர் எங்களுக்கு முன்வந்து கடை பரத்தியிருந்தனர். சர்பத் கடை, தும்பு மிட்டாய், கலர் விசிறி, காகிதக் கண்ணாடி, உப்பிப்பெருத்த பலூன்கள், பலூன்களில் பல ரகங்களையும் ஊதி ஊதி சாச்சா கடைப்பந்தலில் கட்டித் தொங்கவிட்டார்.

தலைப்பூ, கண்ணாடி வளையல்கள், காப்பு, பிளாஸ்ரிக் அய்ட்டங்கள், கலர்கலரான மாலைகள், முத்துக்களால் கோர்க்கப்பட்ட வளையல்கள் என கண்கவர் சாமான்கள் எங்கள் கடையில் மின்னின. கூட்டம் நிறைந்தது. முதல் நாள் எதையும் வாங்கவில்லை தொட்டுப் பார்த்துவிட்டுக் கலைந்து போனார்கள்.

இன்றைய திருவிழாக்களில் நடப்பது போல் காதைச் சல்லடையாக்கும் இசைக் கச்சேரிகள், தொட்டுப் பார்க்க விதம்விதமாக சுந்தரிகள், அவர்களைத் தொடுவதில் நானா நீயா என்ற போட்டிகள், அதனால் வரும் குண்டுவெடிப்பு, கத்திக்குத்து, கோஷ்டி மோதல்.

அன்றை திருவிழாக்கள் தற்போது போல் அரிதாரம் இல்லாமல் யதார்த்தமாக நடை பெற்றதைப் பார்த்திருக்கின்றேன். புதிய பாத்திரங்களில் சமையல் நடக்கும். கடவுளுக்குக் கிடாய் வெட்டுவதுண்டு. ஸ்பீக்கர் இல்லை. சௌந்தரராஜன், சீர்காழி கோவிந்தராஜன்களின் பக்திப்பாடல்கள் இல்லை, மேளதாளம் இல்லை.

ஈற்றில் பிரமாண்டமான இன்னிசைக் கச்சேரியும் திண்டுக்கள் லியோனி முழுமத்தின் பட்டிமன்ற வகையறாக்கள் எதுவுமில்லை. தென்னிந்திய நடனசிரோன்மணிகளின் நாட்டியமும் இல்லை. எனினும் திருவிழாக்கள் களைகட்டியிருக்கும்.

மூன்று நாட்களும் அந்தக் காட்டில்தான் சோறும் தூக்கமும். முஸ்லிம்களின் மார்க்கமும் பெரும்பாலும் அவர்களுடையது போன்றுதான் இருந்தன. தொழுகை இல்லை. காட்டில் இருந்தாலும் படைத்தவனை வணங்க வேண்டும் என்ற உணர்வில்லை. உழைப்பும் தொழிலும்தான் பாடு என்றிருந்தனர்.

காட்டில் உறங்குவதும் ஆற்றில் குளிப்பதும் திருவிழாவில் தரும் உணவை உண்பதுமாக நாட்கள் கடந்துவிடும். வெறும் பைகளை மட்டும் காவிக்கொண்டு ஊருக்குத் திரும்புவோம்.

இன்று வியாபாரத்திற்குச் சென்று திரும்பினால் செக் தாள்கள்தான் மிஞ்சி நிற்கும். அதிலும் செல்லுபடியற்ற செக்குகளின் மௌனத்தூக்கம் வியாபாரியை அச்சுறுத்தியபடி சதா அவன் பைக்குள் கிடந்து உறுமிக்கொண்டிருக்கும்.

எனக்கு காடு இன்னுமொரு அனுபவத்தையும் தந்தது. அது கள்ளராசாவின் காலம்.

1982களில் கள்ளராசாவினதும் அவரின் தோழர்களினதும் அட்டகாசங்கள் தலைவிரித்தாடின. சனநெரிசலற்ற வீடுகளில் வந்து கொள்ளை அடிப்பதும் கொலை செய்வதும் அவர்களின் தொழிலாக இருந்தது. பொத்தானை, கள்ளிச்சை, காரமுனை மினுமினுத்தவெளி போன்ற இடங்களில் அவன் தன் கை வரிசையைக்காட்டிக் கொண்டிருந்தான். தனியாக இருக்கும் வீடுகளுக்குள் புகுந்து பெண்களை வல்லுறவு செய்வதால் பெண்கள் நடுங்கிப்போய்க் கிடந்தார்கள்.

அப்போது மின்சாரம் பரவலாக இல்லாத காலம். குப்பிலாம்பின் மங்கிய வெளிச்சத்தில் படித்தவர்கள்தான் அதிகம். நானும் அப்படித்தான் படித்தேன். எங்கள் வீட்டில் குப்பிலாம்பு என்பது சிம்மினியோ லாந்தரோ இல்லை. வெற்றுக்குப்பியில் திரியைப்போட்டு மேலே ஒரு சோடா மூடியால் அடைத்து லாம்பாகப் பயன்படுத்துவார்கள். நான் விடுதியிலிருந்த காலம் இரவில் லைட்டை அணைத்து விடுவார்கள். கண்விழித்துக் கொஞ்சம் படிக்க குண்டு பல்புக்குள் எண்ணெய் ஊற்றி திரியை நுழைத்து லாம்பாகப் பயன்படுத்தியிருக்கின்றேன்.

ஸ்கிறீன், புரஜக்டர்கள் இல்லாத காலம். டிவி கேம், மொபைல் எஸ்.எம்.எஸ்கள் எதுவும் தெரியாது. இப்படித்தான் பெரும்பாலானவர்களின் கல்வித்தாகம் தீர்ந்தது.

நாங்கள் முள்ளிவெட்டவானில் வாழ்ந்த காலத்தில் இந்தக் கள்ளராசாவின் அராஜகம் குறித்து அதிகம் பேசப்பட்டது.

அவன் எங்கே எப்போது வருவான் என்று சொல்ல முடியாது. பொலிஸ் ஆமி கெடுபிடிகள் எல்லாம் பெரிதாக இல்லை. இயக்கமும் இங்கு காலூன்றவில்லை. கள்ளராசா தண்டயல் ஆனதற்கு இதுவும் காரணம். ராசாவின் பெயரைச்சொல்லி சும்மாகிடந்த கள்ளர்களும் கோழிஆடுகளைத் திருடினாலும் அது ராசாவுக்கு பெரிய அவமானமாகத் தெரியவில்லை.ஏனெனில் ராசா களவையும், பிறர் மனை துய்ப்பதையும் தெய்வமென நினைத்து வாழ்ந்தவன்.

மாலையானதும் கடையை மூடிவிட்டு அன்றைய வியாபார சில்லரைகளையும் அள்ளிக்கொண்டு அயலில் இருக்கும் காட்டுக்குள் சென்றுவிடுவோம். விடியவிடிய காடும் இருளும் அத்வைதமாகிப்போகும். இரவில் காடுகளுக்குள் வசிப்பது என்பது ஒரு திகில் அனுபவம்.

அது தமிழ் மக்களுக்குப் போராட்ட காலத்தில் வாலாயப் பட்டுப் போனது. நுளம்புகள் சகட்டுமேனிக்குக் கடித்துக் குதறும். காட்டு நுளம்புகள் பறவையைப்போல் வட்டமிட்டு ரீங்காரமிடும். நச்சுப்பாம்புகளுக்கும் பிற விஷ ஜந்துகளுக்கும் பயப்பட வேண்டும். வெளிச்சம் காட்ட முடியாது. இருமல், தும்மல் போன்ற உபாதைகளை அடக்குவது பெரும் அவஸ்தை.

கைக்குழந்தை இருந்தால் அதைவிட அவஸ்தை இல்லவே இல்லை. குழந்தைக்கேயுரிய குறும்புத்தனங்களை மறக்கச் செய்ய வேண்டும். காட்டுக்குள் அது விடியவிடிய தாயின் மடியில் தூங்கவைக்க இருக்கவே இருந்தது அக்காலத்தில் குதிரைப்பயிலுவான் லேகியம். உம்மா எனது தம்பிக்கு அதைக் கொஞ்சம் வாயில் கிள்ளிப்போட்டுத் தூங்க வைப்பா. உம்மாவை நிகர்த்த பல உம்மாக்களின் தூக்க மாத்திரை இதுவாகத்தாதன் இருந்தது. விசமம் புரியும் குழந்தைகளின் சிம்மசொப்பனமாகக் குதிரை லேகியம் பிரபல்யம் பெற்றது இப்படித்தான்.

காடுகள் பிற்காலத்தில் வசீகரமானதற்குக் கள்ளராசாவின் பிரசன்னம் காரணியாக அமைந்தது என்னவோ உண்மைதான். காடுகள் எங்களின் உயிர்களையும் மானத்தையும் காப்பற்றி யுள்ளது. காடுகள் வாழ்க்கையின் குறிக்கோள்களை கற்றுத்

தந்தது. காடுகளின் அரவணைப்பில் பல இரவுகள், பகல்கள் தூங்கியிருப்போம்.

காடுகளின் அன்பும் அரவணைப்பும் எங்களை பகலிலும் தாலாட்டியுள்ளது. இந்திய ஆமிக்கும், இலங்கை ஆமிக்கும் பயந்து காடுகளில் பதுங்கியிருக்கின்றோம். அப்படிப் பதுங்கியிருக்கும் சிலர் சும்மா இருக்காமல் கஞ்சாச் செடி வளர்த்துச் செல்வந்தராகியதும் உண்டு. காடுகளுக்குள் குடும்பம் நடத்திப் பிள்ளைபெற்றவர்களும் உண்டு. நீண்ட வரலாற்றுக் குறிப்புகளைக் காடுகளிலிருந்து கற்றுக்கொண்டிருக்கின்றேன். தன்னந்தனியாக அடர்ந்த வனங்களில் திசைகெட்டு அலைந்திருக்கிறேன்.

மூத்தாப்பாவுடன் அடர்ந்த வனங்களில் முயல் வேட்டைக்கும் மான்வேட்டைக்குமெனச் சுற்றியிருக்கின்றேன். அவரின் சிவப்புநிறத் தோட்டாக்களைக் காவிக்கொண்டு இருளுடன் இருளாய் காட்டில் அலைவது எத்துணை மகிழ்ச்சி. தீனாவைச்சுற்றி விறகுகளை அடுக்கும்படி கூறிவிட்டுக் காட்டுக்குள் நுழையும் மூத்தாப்பா வரும்வரை காட்டின் நடுவில் அமர்ந்துகொண்டு மானிறைச்சியைக் காயவைத்து வாட்டியிருக்கின்றேன்.

ஓ, காடே நீ எவ்வளவு அற்புதமான அனுபவங்களை அள்ளித்தந்தாய் இன்பமும் துன்பமும் துரோகமுமாய்...

18

ராசாவைச் சுட்டுக்கொல்ல இன்னுமொரு ராசா வந்தான். அவன்தான் மாணிக்கராசா என்ற பொலிஸ்காரன். முஸ்லிம்களுக்குச் சிம்ம சொப்பனமாகத் திகழ்ந்தவன். பிள்ளையையும் கிள்ளித் தொட்டிலையும் ஆட்டியவன். முதன்முதலில் தமிழ் முஸ்லிம் கலவரங்களைத் தூண்டியதற்குத் தூபமிட்ட பெருமையும் இவனையே சேரும். மாஞ்சோலைக் கிராமத்து எல்லையில் தமிழ் முஸ்லிம் கலவரங்களைத் தூண்டிவிட்டு அதில் குளிர்காய்ந்த சரித்திர நாயகன்.

கள்ளராசாவைச் சுட்டுச் சாக்கில் கட்டிவந்து போட்டார்கள். துள்ளித்திரிந்த பல ராசாக்களின் சரித்திரம் இப்படித்தான் குரூரமாக முடித்து வைக்கப்பட்டது என்பது நம் காலத்தின் நிஜக்கதை.

கள்ளராசாவில் ஆரம்பித்த காட்டு வாழ்க்கை, இலங்கை இராணுவத்தின் கெடுபிடி, இந்திய இராணுவத்தின் கெடுபிடி, தமிழ்த் தேசியப் படைகளின் கெடுபிடி, ஏன் புலிகளின் கெடுபிடி என எல்லாக் கெடுபிடிகளுக்கும் தாக்குப்பிடித்தது.

காடுகள் தனக்குள் அடைக்கலம் தேடுபவர்களைக் காட்டிக்கொடுப்பதில்லை என்பதற்கு எனது வாழ்க்கை முழு சாட்சி. என்னையும் குடும்பத்தையும் அது பொத்திபொத்தி வைத்துப் பாதுகாத்திருக்கிறது. குரங்குகள்கூட உணர்வுகளைப் புரிந்து கொண்டாற்போல ஆர்ப்பாட்டமின்றி மௌனமாக எங்களைக் கடந்துபோகும். அற்புதமான மலர்களும் காட்டுச்செடிகளும் மணம் வீச எத்துணை இரவுகளும் பகல்களும் எங்களைக் கடந்து போயின.

என் பதினெட்டாவது வயதில் இந்த ரம்யமான காடு என்னை அச்சுறுத்தியது. வனத்தின் வசீகரிப்பில் முதன்முதலாக அச்சமுற்றது அன்றுதான். ஒவ்வொரு

காடும் என்னை மரணத்தின் எல்லைவரை விரட்டியது. கொடூரங்களை என்னில் துப்பியது. என்னைத் தத்தெடுத்த காட்டின் கரங்கள் இரத்தக் கரையுடன் வெளியே வீசியடிக்க உண்மையில் நொறுங்கித்தான் போனேன்.

அது எனது பெரியம்மாவின் தலைச்சன் பிள்ளை சகோதரன் ஹயாத்து முஹம்மதுவைத் தேடிய பயணம். புணாணையில் வைத்து அவனைப் புலிகள் கைது செய்தனர். பொத்தானை ஏரியாவுக்குப் பொறுப்பான புலிகளின் தலைவனை யாரோ வெட்டிகொன்றார்கள்.

இடாப்பர் கடைச் சந்தியில் சடலம் கிடப்பதாகத் தகவல் கிடைத்தபோது நான் விடுமுறையிலிருந்தேன். எனது பெரிய மாமாவின் வயலில் காக்கா காவலுக்கு நின்றான். அவரின் ஒரு காலும் புலிகளின் மிதிவெடிக்குக் காணிக்கையாகியது. (செல்போன் கதைத்துக்கொண்டு ட்ரக்டர் ஓட்டிய சாரதியின் கவனயீத்தால் அந்த மாமாவும் இரயிலில் அடிபட்டு அண்மையில் தான் மரணடைந்தார், அவரின் பாவங்களை அல்லாஹ் மன்னிப்பானாக) காக்கா ஓர் அப்பாவி. காக்கிச் சட்டையைக் கண்டால்கூட ஓடி ஒளிந்துவிடும் வெகுளி. யாருக்கும் உபத்திரவம் செய்யத்தெரியாத வெள்ளை மனத்தினன்.

புலியை வெட்டியது தெரியாமல் வயலிலிருந்து கடைக்கு வந்திருக்கிறான். தெருவில் அதிக சனக்கூட்டம் தென்படவே தூரத்தில் நின்று வேடிக்கைப் பார்த்தபடி நின்றவனைப் பக்கத்து வயற்காரர் கூப்பிட்டு “தம்பி நீ மாமாட வாடிக்கு ஓடிப்போ. இஞ்செ தியாகுவ வெட்டிப்போட்டிருக்காம் அவனுகள் வந்தா பிரச்சின வரும்” என்று அவர் வாய் மூடுவதற்குள் புழுதிப் படலத்தை இரைத்துக்கொண்டு வாகனங்கள் வந்து நிற்கவும், காக்கா ஓடவும் சரியாக இருந்தது.

ஆறாம் கட்டை முகாமிலிருந்து புலிகளின் படைகள் சுற்றிவளைத்தன. தூரத்தில் நின்றவர்கள் ஓடித்தப்பினர். இவனும் ஓடிக்கொண்டிருந்தான். யாரோ இவனையும் நிற்கும்படி கூப்பிட்டிருக்கினம். இவன் கால்கள் வரம்புகளில் அடிபட்டு சேற்றில் மிதிபட்டு மாமாவின் வாடிக்குள் விழுந்தன.

விசாரித்திருக்கிறார்கள். முடிவில் அவனை பிடித்து ஜீப்பில் ஏற்றிக்கொண்டு போய்விட்டார்கள். தியாகுவை வெட்டியவன் சிரித்துக்கொண்டிருக்க ஒரு நுளம்பைத்தானும் அடிக்க வக்கில்லாதவனை எக்காளச் சிரிப்புடன் பிடித்துப் போனார்கள்.

எங்களது கடைக்கு முன்னால் புலிகளின் வாகனங்கள் இரைந்து சென்றதையும் சட்டையால் பின்புறம் கைகள் கட்டப்பட்டுக் காக்கா ஜீப்புக்குள் குந்தவைத்துக்கொண்டுசென்றதையும் கண்டேன்.

அப்போதும் அவன் முகத்தில் அந்த அப்பாவிச்சிரிப்பும் மிகுந்த நம்பிக்கையும் இருந்தது. என்னை ஒன்றும் செய்யமாட்டார்கள் என்ற ஒளிக்கீற்றை என்னால் காண முடிந்தது.

அவர்களின் முகாமிற்கு வாப்பாவுடன் நான் சைக்கிளில் சென்றேன். கரியரில் ஏறிக்கொண்டு செல்லும்போது வழியில் சனங்கள் கூடிநின்று விவாதிப்பதைக் கண்டேன். சில புலிக்குட்டிகள் வீதியில் நின்றபடி புலனாய்வு செய்துகொண்டிருந்தார்கள்.அவர் களின் பிஞ்சு மூளைக்குள் கொலை செய்தவன் சிக்குப்படாமல் போக்குக் காட்டிக்கொண்டிருக்க வேண்டும். ஆளாளுக்குத் துயரத்தைப் பங்கிட்டபடி நிற்பதைக் கண்டேன்.

நாங்கள் முகாமை அடையவும் பெரியம்மா ஆறாம் கட்டை முகாமிற்குப் பிரசன்னமாகவும் சரியாக இருந்தது. கல்குடா தொகுதி முஸ்லிம் பகுதிகளுக்கான குறுநில மன்னர் புஹாரி வாசலில் நின்றிருந்தார். எங்களுக்குத் தூரத்துச் சொந்தமும்கூட. காக்காவைப்பற்றி நன்கு தெரிந்தவரும்கூட. பெரியம்மா மன்றாடிப் பார்த்தா. அவர் மசியவில்லை. நாங்க விசாரிச்சுப்போட்டு விட்டுப்போடுவம் என்றார்.

வாரங்கள் மாதங்கள், வருடங்கள் கடந்தும் பெரியம்மாவால் தன் அப்பாவி மகனைக் கண்டுபிடிக்க முடியவில்லை.

சில நாட்களின் பின் பொத்தானை அணைக்கட்டுப் பக்கம் காக்காவை ஜீப்பில் ஏற்றிக்கொண்டு வந்ததைக் கண்டவர்கள் எங்களிடம் சொன்னார்கள். அன்று காலை சென்று விசாரித்ததில் ஒரு பேருண்மை வெளிப்பட்டது. இரவு முழுக்க அந்தக் காட்டில் ஒரு மனித அவலக்குரல் கேட்டதாம். “என்னை அடிக்காதீங்க. எனக்கு ஒன்டும் தெரியாது. அது நள்ளிரவுவரை கேட்டது தம்பி. விடியச்சாமம் நாங்க ஆற்றுக்கு வலை வீசப்போவக்க அவனுகள்ர ஜீப்ப துறையடியில கண்டம். கழுவிக்கொண்டு இருந்தானுகள். அந்தப்பொடியன்ர சேர்ட்டு அவடத்ததான் கிடக்குது.”

நானும் நண்பர்களும் துறையடிக்குச்சென்ற போது காக்காவின் இரத்தக் கரைபடிந்த சேர்ட்டைக் கண்டோம். காக்கா இருக்கவில்லை. பெரியம்மா புஹாரியிடம் கெஞ்சிப்பார்த்தா மையத்தயாவது தாங்க தம்பி என்று. சு.ப. தமிழ்ச்செல்வன் (புலிகளின் அரசியல் துறைப் பொறுப்பாளர், இலங்கை இராணுவத்தின் குண்டுக்கு இலக்காகியவர்) சொல்வதைப்போல அவரும் கையை விரித்து எங்களுக்கு ஒண்டும் தெரியாது விசாரணை நடக்குது விடுவம் என்றார். கூடவே இனி வந்து கரச்சல்படுத்தப்படாது என்ற எச்சரிக்கைவேறு.

19

நிச்சயம் புஹாரி காக்காவைச் சுட்டுக் கொன்றிருக்கமாட்டார். ஒரு நாள் எங்கள் கடைக்கு வந்த புஹாரி உம்மாவிடம் "ராத்தா அந்தா மேய்ற சாவலைத் தாவன்" என்றார்.

உம்மாவும் சரி பிடிச்சிக்கொண்டு போ என்றார். கொண்டையில் சிவப்புப்பூவில் ஓய்யாரமாக இரை தேடிக்கொண்டிருந்த பாணிச்சேவலை நோக்கி மெசின் கண்ணை இயக்கினார். ஒரு கோழிக்கு இருப்பத்தைந்து குண்டுகள் செலவழித்தும் அவரால் அதைப்பிடிக்கவே முடியவில்லை. சேவல் இவரைவிடத் திறமையாகக் கொரில்லாப்பயிற்சி எடுத்திருக்க வேண்டும். நாங்கள் பெருநாளைக்கு அறுத்துச் சமைக்கும்வரை அது பல கோழிகளுக்கு முட்டை வழங்கிக்கொண்டிருந்தது சுவாரஸ்யமான கதை. இவர் எப்படி ஆமியைச் சுடுவார் என்பது எனது நீண்டகால ஐயம். நிச்சயம் இவர் காக்காவை அடித்துத்தான் கொன்றிருப்பார். அல்லது கொல்லும்படி கட்டளையிட்டிருப்பார். (இவர் வீட்டிலிருக்கும்போது பொறி வெடியில் சிக்க வைத்துச் சிதறடித்தவர் யாரென இன்றுவரைப் புலப்படவில்லை, வினை வினைத்தவன் தினை அறுப்பதில்லை என்பதற்குக் கண்கண்ட சாட்சி அவரின் சிதறிக்கிடந்த ஜனாசா.)

நாங்கள் பொத்தானை புனானைக் காடுகளில் காக்காவின் ஜனாசாவைத் தேடினோம். காடு மறைத்து வைத்துள்ள சடலத்தை நாட் கணக்கில் தேடினோம். குளிப்பாட்டாமல், கபனிடாமல், தொழுவிக்காமல் அடக்கம் செய்யப்பட்ட அவனை இந்தக்காடு மறைத்து வைத்துள்ளதை என்னால் ஜீரணிக்க முடியவில்லை. முதன்முதலாகக் காட்டின் மேலிருந்த வசீகரம் அற்றுப்போனது இப்படித்தான்.

இன்றும் பொத்தானை ஆற்றுக்குப்போகும் போதெல்லாம் தேடிப்பார்க்க மனம் அவாவுகின்றது.

கேட்பாரற்றுக் கிடக்கும் மனித எலும்புக்கூடுகளுக்குள் எனது காக்கா இருப்பானோ? எனினும் பறவைகளின் மிருகங்களின் ஒலிகள் காக்காவின் ஒப்பாரியாகவும் வாழ்தலுக்கான இறைஞ்ச லாகவும் என்னை அலைகழித்துக்கொண்டே இருக்கின்றது.

ஆயுதக்குழுக்களின் விசாரணை; இன்னொன்றும் சட்டென்று நினைவில் ஆடுகின்றது.

1988இன் கடைசிப்பகுதி என நினைக்கிறேன். நான் கிழக்கிலங்கை அரபுக்கல்லூரியின் விடுதியில் தங்கியிருந்த காலம். கல்லூரி விடுமுறையில் நண்பர்களின் வீடுகளுக்குச் சென்று அரட்டையடிப்பது வழக்கம். இப்போது அரட்டை மன்னர்களைக் கண்டால் ஓடி ஒளிவது வழக்கம்.

அன்றும் அப்படித்தான் காத்தான்குடி நண்பர் அபுல் ஹசனின் ஊரான காங்கயனோடைக்குப் போவதென்று தீர்மானித்தோம். காங்கயனோடை ஆறையம்பதிக்குப் பக்கத்தில் என்பதால் அடிக்கடி இரு இனங்களுக்கும் முறுகல் நிலை ஏற்படுவதுண்டு. அதைத் தூபம்போட்டு வளர்த்தவை ஆயுதக் குழுக்கள்.

என்னுடன் ஏறாவூர் தோழர்களும் இருந்தனர். விடுமுறை விட்டதும் நேரே ஊருக்குப்போகவில்லை. காத்தான்குடியில் இறங்கிப் பிரதான வீதியிலிருந்து காங்கயனோடை நோக்கி நடந்தோம்.

தோழர் அபுல் ஹசனின் வீட்டுக்கு 200 மீற்றர் இருக்கும். வழியில் ஓர் ஆயுதக்குழுவின் முகாமிருந்ததைக் கவனிக்கவில்லை. தோழர்களும் சொல்லவில்லை.

முஸ்லிம்களிடம் தணகிப்பார்க்கும் வல்லமை கொண்ட ஜனநாயக்குழுக்கள் ஆயுதங்களுடன் நடமாடிய காலம். ஆட் கடத்தல், விசாரணை, கப்பம், சித்திரவதை எல்லாம் ஆளாளுக்குப் போட்டி போட்டுக்கொண்டு முஸ்லிம்களிடம் செயற்படுத்திய காலம்.

நாங்கள் முகாமை நெருங்கியதும் ஒரு அண்ணர் துப்பாக்கி யுடன் ஓடிவந்தார்.

“எங்க போறியள்?”

“எங்கட வூட்ட” தோழர் அபுல்ஹசன் சொன்னார்.

அவர் எப்போதும் ஹாஸ்யமானவர். அவர் பதிலிலும் அது இழையோடியதைக் கவனித்தேன். மாணவர் மன்றங்களில் அவர் பாடுவது குறித்த பாடகனைத் தற்கொலைக்கு தூண்டுவதாய்

இருக்கும். நாங்கள் அப்படித்தான் அவருக்கு பின்னூட்டம் அடிப்போம். பிரியாவிடைப் பாட்டில்கூட சோகமில்லாமல் சிரித்துக்கொண்டு பாட அவரால் மட்டுமே சாத்தியம் என்றால் நம்புங்கள்.

"வூட்ட போரண்டா இதால ஏன் வந்த?"

அண்ணர்தான் மறுபடியும்.

"இதான எங்கட ரோட்டு,"

மறுபடியும் அபுல்ஹசன்.

"உங்களயெல்லாம் விசாரிக்க வேணும்" என்றுவிட்டு "நடங்க உள்ளுக்க" என்றார்.

இலேசாகக் குலைநடுக்கம் ஆரம்பித்தாகிவிட்டது. வீட்டுக்குத் தெரியாமல் விடுமுறையைக் காத்தான்குடியில் கழிக்கத் திட்டமிட்டதை நினைக்கையில் மனம் பதைக்கத் தொடங்கியது. ஒரு பாழடைந்த வீட்டுக்கு அழைத்துச் செல்லப்பட்டோம்.

சுவரில் இரத்தக்கறைகள் படிந்திருந்தன. மனிதக் கவிச்சியின் துர்நாற்றம் நாசியில் நிறையத் தொடங்கியது. நாங்கள் ஏழுபேர். அவர்கள் ஒரு ஆறுபேர் இருக்கும் ஆளுக்கொரு துவக்கு. துருவித்துருவி விசாரித்தார்கள். கல்லூரியின் அடையாள அட்டையைக் காட்டினோம்.நீங்களெல்லாம் ஜிகாத் படை எங்கள நோட்டமிட வந்திருக்கியள் என்றார்கள் முடிவில். நமது நாட்டின் கொலைக்குழுக்கள் எப்படியெல்லாம் துல்லியமாக மோப்பம் பிடிக்கின்றார்கள் என்பதை நினைக்கும்போது பெருமையாக இருந்தது.

"நீதானே அட்டாளைச்சேனையில் நேற்றிரவு நோட்டீஸ் ஒட்டினாய்?" எனை நோக்கி ஒருவன் சுண்டுவிரலை நீட்டினான்.

மாலை ஐந்தரைக்கெல்லாம் எங்கள் விடுதியின் இரும்புக் கதவுகள் மூடப்படுவதும் அது மறுநாள் ஏழரைக்குத்தான் மீளவும் திறக்கப்படுவதையும் தெரிந்தவர்களுக்கு அவன் கேள்வி சிரிப்பைத்தான் சிந்த வைக்கும். ஆனாலும் சிரிக்கவில்லை. சம்சுத்தீன் மௌலானாவின் பார்வைக்குத் தப்பி விடுதிக்குள் இருக்கும் ஒரு சிற்றெறும்பும் முன் கதவால் நழுவ முடியாது என்ற இலட்சணத்தில் நான் நோட்டீஸ் ஒட்டியது என்றால் சும்மாவா சிரிப்பு வரும்.

"இல்லை அண்ண, நாங்க யாரும் அப்பிடியானவங்க இல்ல. நாங்க படிக்கிற புள்ளயள்."

எங்கள் வார்த்தைகள் எங்களுக்கே அன்னியமாகின. சற்றுமுன் போட்ட அட்டகாசமான கூச்சல்களும் கேலியும் அடங்கி உயிர்பிச்சைக்கு மன்றாடும் வார்த்தைகளாக அவை இறைஞ்சுதலாக ஒலித்தன. யாசகத்தனமிக்க வார்த்தைகளில் முழு ஜீவனும் காலடியில் ஒடுங்கிச் சிறுத்தது.

"அப்ப நீங்க ஒற்றர் படை இல்ல. எல்லாரும் முஸ்லிம் ஆக்கள் என்பதை நாங்க எப்புடி நம்புற? காசக்குடுத்தா இதப்போல பல ஐடின்டிகார்ட் எடுக்க ஏலும்."

ஒருவன் குண்டைத் தூக்கி தலையில் போட்டான். அது வெடித்துச்சிதற உடல் பயத்தில் வெடவெடத்தது.

"இல்ல அண்ண, நாங்க முஸ்லிம் ஆக்கள்தான்." நடுங்கிய படி கூவினேன். மேலண்ணத்தில் நாவு ஒட்டிக்கொண்டு அடம் பிடித்தது. வார்த்தைகள் நடுக்கமுடன் வெளிப்பட்டன.

அவன் இதழின் கோடியில் கேலியாய் இளநகை பூத்து மறைந்தது.

"அப்ப சுன்னத்து வச்சிரிக்கா என்டு பார்க்கவேணும்."

நாங்கள் ஆளையால் மிரட்சியுடன் பார்த்தபடி நின்றோம்.

நாசர் இஞ்ச வா தலைவனின் அழைப்புக்கு வாலைச் சுருட்டிக்கொண்டு காலை நக்கும் நாய்க்குட்டிபோல் நாசர் வந்து அவன் முன் பவ்யமாக நின்றான்.

அவன் கையிலும் ஏ.கே 47 இருந்தது. சுவிங்கத்தை மென்றபடி இருந்தான்.

"இவங்கள செக் பண்ணிப்போட்டு அனுப்பு" தலைவனின் வார்த்தைக்கு மறுப்பேது?

"டேய் இஞ்சால வாங்கடா" என்ற சப்தம் ஈயத்தைக் காய்ச்சி ஊற்றியது போல் இருந்தது. அவர்கள் தேவல போலிருந்தது. நம்மடவனுக்கு கொம்பு முளைச்சா எப்படி இருக்கும் என்பதற்கு அவன் 'திருக்கவாலன்' நல்ல உதாரணம் மச்சான் என்று பிற்காலத்தில் நாங்கள் நினைத்துப் பார்த்துச் சிரிப்பதுண்டு.

நாசர் எங்கள் சோனக அடையாளச் சின்னத்தை உறுதிப் படுத்தி தலைவனிடம் நல்ல பெயர் வாங்கிக்கொண்டான். பின்னர் எங்களை நோக்கி ஓடுங்கடா இனி இஞ்சாலப்பக்கம் தல வச்சிம் படுக்கப்படாது என்றான். அவமானத்தில் வெட்கித் தலைகுனிந்தபடி வெளியேறினோம். ஏதோ ஒன்றை இழந்துவிட்ட அவசத்தில் மனம் பதகளித்தது.

20

இந்திய இராணுவம் இலங்கையில் காலடி வைத்தபோது தமிழ்மக்கள் தங்கள் இரத்தத்தால் பொட்டிட்டு வரவேற்றது நினைவில் நிற்கிறது. மாலையிட்டு நெற்றியில் திலகமிட்டுத் தங்களை மீட்க வந்த மீட்பர்களாக அவர்களை வணங்கினர். கிழக்கில் அவர்களின் பிரசன்னம் சில மனங்களில் அடங்காத் திமிரை விதைத்ததை அறிவேன்.

சுழல்கின்ற காலச்சக்கரத்தில் மீட்பர்கள் இரத்தத்தால் திலகமிட்ட பெண்களின் கற்பின் சுவையறிய முற்பட்டு அவர்களைத் துவம்சம் செய்தனர். புலிவேட்டைக்குப் புறப்பட்ட ஜவான்கள் நரவேட்டையில் இறங்கினர்.

விடலைப் பையன்களின் கன்னங்களும் அவர்களின் பற்களால் காயப்பட்ட சரித்திரங்கள் கிழக்கில் உண்டு. துகிலுரிந்த துச்சாதனர்களால் தமிழ்மக்களின் அழகிய கனவுகள் சிதைவததை மௌனமாகப் பார்த்துக்கொண்டிருந்தோம். எங்கள் கோவணங்களைப் பாதுகாப்பதே பெரும்பாடாய் இருந்த காலமது.

இந்திய இராணுவம் திடீரென முற்றுகையிடும், அதிகாலையில் எழுந்து கதவைத் திறந்தால் எல்லா முற்றங்களிலும் துவக்குடன் நின்றிருப்பார்கள். அன்றைய தினம் அலுவல்கள் எதுவும் நடைபெற அனுமதியில்லை. வயல் வேலைக்குப்போகவோ, அலுவலகங்களுக்குச் செல்லவோ, பிள்ளைகள் பாடசாலைக்குச் செல்லவோ முடியாது. பெண்கள் வீடுகளுக்குள் முற்றுகையிடப்பட்டன.

ஆண்களைப் பாடசாலை மைதானத்திற்கு அழைத்துப்போவார்கள். கையில் ஒரு பெயர்ப் பட்டியல் இருக்கும். அது புலிகளின் முக்கியஸ்தர்கள் பெயர்கள். அந்தப் பெயர்கள் உள்ளவர்களைத் தனியே பிரித்தெடுத்து விசாரிப்பார்கள்.

விசாரணைகள் பெரும்பாலும் ஹிந்தியில்தான் இடம்பெறும். மொழிபெயர்ப்புக்கு தமிழ்நாட்டுக்காரர் ஒருவர் நிற்பார்.

கையில் இருக்கும் பெயர்ப் பட்டியலை வாசித்து விட்டு "இவனுகள தெரியுமா?" என்பான்

"அண்ணே இவன் கிடக்கிறான் தெரிஞ்சாலும் நீங்க இல்லெண்டு சொல்லுங்க."

மொழி பெயர்ப்பது போல் இனப்பாசம் காட்டுவான் தமிழ்நாட்டு வீரன்.

இந்த முற்றுகை ஒரு நாள் நீடிக்கும். உணவு தண்ணீரெல் லாம் தத்தமது வீடுகளிலிருந்து மனைவிமார்களால் கணவன்மார் களுக்கும் தாய்மார்களால் பிள்ளைகளுக்கும், உறவினர்களுக்கும் கொண்டுவரப்படும். மைதானமே திறந்த வெளிச்சிறையாகக் காட்சி தரும்.

காட்டிக்கொடுக்க முகமூடிகள் தயாராக இருக்கும்.முக மூடிக்கு முன்னால் வரிசையில் செல்ல வேண்டும். புலிகள், புலிகளின் ஆதரவாளர், அனுதாபிகள் தனக்கு முன்வந்தவுடன் முகமூடியின் தலை லேசாக ஆடும்.

மறுகணம் அவன் தலைவிதியை ஜவான்கள் நிர்ணயிப்பர். நான் ஒவ்வொரு முற்றுகையிலும் பிரார்த்திப்பதுண்டு. முகமூடிக்கு முன் வரும்போது அல்லாஹ்வே ஒரு ஈயைக்கூட அவனருகில் அண்ட விடாதே. மூக்கில் மொய்க்கும் ஈக்கும் தலையாடினால் என் நிலை என்ன? அச்சத்தில் உறைந்திருப்போம்.

தனக்கு வேண்டாதவர்களைப் பகை தீர்த்துக்கொள்ள முகமூடிகளின் தலைகள் ஆடிய வரலாறும் உண்டு.

ஒரு நாள் முள்ளிவெட்டவான் கடையில் நின்றிருந்தேன். இந்திய இராணுவத்தினர் வந்து முற்றுகையிட்டு என்னையும் ஜீப்பில் ஏற்றிக்கொண்டு போய்விட்டனர். வாப்பா கெஞ்சிப் பார்த்தார். வாகநேரி சந்தியிலிருக்கும் மில்க்போர்ட்டுக்கு ஐம்பது அடி தூரத்தில் ஒரு ஆலமரம் நின்றது. அதன் கீழ் ஏற்கனவே குவிக்கப்பட்ட சனங்களும் நின்றிருந்தனர். எங்களை அவர்களுடன் இணையவிட்ட கப்டன் விசாரணையை ஆரம்பித்தான்.

ஆலமரத்தின் கீழ் அவனுக்குக் கதிரை போடப்பட்டிருந்தது. விசாரணைக்குள்ளாபவர்கள் அவன் முன்னால் முழந்தாளிட்டு நிறுத்தப்பட்டனர். எனக்குத் தெரிந்த புலிகளும் இருந்தார்கள். கையில் அவர்களுக்குத் துவக்கு மட்டும் இல்லை. எங்கள் ஏரியா பொறுப்பாளர் சகாயமும் நின்றிருந்தான். மில்க்

போர்ட்*டுக்குள்ளிலிருந்து அடிக்காதீங்க, எனக்குத் தெரியா கடவுளே என்ற கூக்குரல்கள் மரணக்கதறல்களாக வெளியில் விழுந்தன. பனை மட்டைகள் முறியும் சத்தம் காதை அடைத்தது.

என் முறை வந்தது.

தமிழ் மொழிபெயர்ப்புக்கு ஈபிடிபி அண்ணர் ஒருவர் நின்றிருந்தார். தமிழ்த்தேசிய இராணுவமும் இருந்தது. இது இந்திய இராணுவத்தாலும், வடக்கு கிழக்கு மாகாண சபையினாலும் தோற்றுவிக்கப்பட்ட கலவை.

ஜவான் கேட்டான் “புலிய தெரியுமா?”

“ஓம் சேர்”

“காட்டுவியா?”

“கண்டா காட்டுவன்”

“துவக்கு வச்சிருந்தானுகளா?”

“ஓம் சேர்”

“எப்படி சாமான்?”

“உங்கட துவக்க விட பெரிய துவக்கு சேர்”

சகாயன் சிரிப்பதை உணர்ந்தேன்.

---

* பால் சேகரிப்பு நிலையம்

21

மறு கேள்வி என் காதில் விழுந்தது.

"நீ புலிக்கு சாப்பாடு குடுத்தியா?"

"ஓம் சேர்"

வந்தது வினை. முழந்தாளில் நின்ற எனது முகத்தில் வாகாக அவன் கையை மடக்கி விட்டான் ஒரு குத்து.

சர்வாங்கமும் ஒடுங்கி கண்களின் வழியே பட்டாம் பூச்சி பறக்க ஆரம்பித்தது,

"அவன் துவக்க காட்டி கேட்டா எப்படி சேர் குடுக்காம இருக்க முடியும்?"

மறுபடியும் ஒரு குத்து

"இனி வந்தா குடுக்கப்படாது" என்றான்.

"சரி சேர்" என்றேன்.

சகாயம் எந்தச் சேதாரமுமின்றிச் சிரித்துக் கொண்டிருந்தான். அவனிடமும் கேள்விகள் கேட்கப்பட்டு அவன் அந்தக் கண்டத்திலிருந்து தப்பித்து நின்றான். போராட்டத்தில் உங்களுக்கு எந்தப் பங்களிப்பும் இல்லை என்பவர்களுக்கு இதுவெல்லாம் சொல்லிப் புரியவைக்க முடியும் என்று நினைப்பது தவறு. அது செவிடன் காதில் ஊதிய சங்கு.

தமிழ்த் தேசியப் படையும் ஈபிடியியும் இணைந்து என்னைக் குடையத் தொடங்கினர். உடற்பயிற்சி செய்து உடம்பும் திரட்சியாக இருந்தது அவர்களுக்கு என்னில் சந்தேகத்தை உண்டாக்கியிருக்க வேண்டும். அத்துடன் முஸ்லிம் இளைஞர்களும் புலிகளின் முகாமில் இருந்தார்கள். முஸ்லிம் பகுதிகளில் புலனாய்வு நடவடிக்கைகளில் ஈடுபடல், முன்னணி யில் நின்று இராணுவத்திற்கெதிராகத் தாக்குதல்

நடத்துதல் போன்ற பணிகளில் அவர்கள் போராடி வந்தார்கள். தாக்குதலில் அடிபட்ட புலிக்கொடி போர்த்திய உடல்கள் எங்கள் வீடுகளுக்கும் வந்துசேர்ந்தன.

விடுதியில் மாணவர்களுக்கு காலையிலும் மாலையிலும் உடற்பயிற்சி வழங்குவதும் நான்தான். முன்னர் ஈபிடிபியில் ஆயுதப்பயிற்சிபெற்று பிறகு அதிலிருந்து விலகிய தோழர்களின் புண்ணியத்தால் மேலதிகமாகக் கடின பயிற்சிகளும் அப்போது எனக்குத் அத்துப்படி.

கல்லூரியின் அடையாள அட்டையைக் காட்டினேன். மறுநாள் ஓ.எல் பரீட்சை அனுமதி அட்டையையும் காட்டினேன்.

தமிழ்த் தேசியப் படையின் வீரன் என்னை நோக்கிக் கத்தினான்.

“இஞ்ச ஏன்டா வந்து நிற்கிறீங்க. உங்கட அஸ்ரபுக்கிட்ட போங்களன்டா.”

இந்த நூற்றாண்டில் இப்படித்தான் சில காவியுடை தரித்த இனவாதிகள் கூப்பாடு போடுகின்றார்கள். இந்த நாட்டில் நீங்கள் இருப்பதென்றால் இருங்கள் இன்றேல் அரபு நாடுகளுக்கு செல்லுங்கள். அதையும் கேட்டுக்கொண்டு வாய்ச்சொல்லில் வீரர்களும் அறிக்கை மன்னர்களும் சும்மாதான் முதுகு சொறிந்தபடி இருக்கின்றார்கள்.

முஸ்லிம் காங்கிரஸ் கொடிகட்டிப் பறந்த காலம். கல்முனை யில் போராளிகள் தீவிரமாக இயங்கத் தொடங்கி நாரே தக்பீர்கள் முழங்கத்தொடங்கிய பொற்காலம். முஸ்லிம் பகுதிகளில் காங்கிரசுக்காக நோன்பிருந்து தாய்மார்கள் அழுது புலம்பி அல்லாஹ்விடம் மன்றாடிய காலம். குர்ஆனும் ஹதீசும் ஏந்திவந்த முஸ்லிம் கட்சியின் ஸதாபகரை இறைத்தூதர் என்று போற்றாத குறை. அவரை தோளில் வைத்து உலா வந்து எழுச்சி அலைகள் பல நூறடி எழுந்து ஆர்ப்பரித்த அக்காலத்தில் தமிழ்ப் பேரின அரசியல் சக்திகள் காழ்ப்புணர்வில் கறுவித்திரிய ஆரம்பித்தனர். இப்போது தனித்துவம், முஸ்லிம் கட்சி என்பதெல்லாம் அரசியல் வெற்றுக்கோசங்களாகவும் உதிரிகளாகவும் பறந்து விட்டன. எவரையும் பணத்தையும், பதவியையும் காட்டி இலேசாக வளைத்துவிடலாம் என்ற நிலைக்கு வந்து விட்டனர். கட்சிக்காகத் தியாகமிருந்தவர்கள், தங்களை அர்ப்பணித்தவர்கள் ஓரமாக நின்று கண்ணீர் வடிப்பதைத் தவிர வேறொன்றும் செய்யமுடியாத கையறு நிலை.

எல்லோருக்கும் கட்சித் தலைவனாக வேண்டும் என்ற ஆசை; இரண்டுபேர் சேர்ந்து ஒரு கட்சி ஆரம்பித்து வயிறு வளர்க்க ஆரம்பித்துள்ளனர். எல்லாக்கட்சிகளையும் அறிக்கையில் அணுகுண்டு போட்டுத் தகர்த்து விடலாம் என்று மனப்பால் குடிப்பதற்கும் சிவப்புக்குல்லாய் போட்டு ஒரு கட்சி. உம்மாவுக்கும் ஒரு கட்சி, வாப்பாவுக்கும் ஒரு கட்சி. ஆளாளுக்கு நியாயங்கள் சொல்ல மட்டும் குறைவில்லை.

அதன் விளைவே எங்களின்மேல் எதிரொலித்தது. அவன் என்னை அஸ்ரபின் கல்முனையில் போய் வாழச் சொன்னான். தென்னிலங்கையிலுள்ள சில சிங்களப் பெருந்தேசியவாதிகள் சவூதிக்குப்போய் வாழச் சொல்கின்றார்கள். "நாங்க ஆர்ர சொல்லுக் கேக்குற பிள்ளைகளா வாழுறது?"

நான் ஜிஹாத் படை என்ற சந்தேகம் அவர்களுக்கு. முழங்கைகளையும் கால்களையும் பார்த்தான். பயிற்சியின்போது அவைகள் கன்றிப்போய் அடையாளமிருக்கும். ஆயுதப்பயிற்சி எடுத்தவர்களின் சில உறுப்புகளை பரிசோதிப்பதன் மூலம் இலகுவில் அடையாளம் கண்டுகொள்ளலாம். ஆயுதப்பயிற்சி எடுத்தவர்களின் கண்களும் அவர்களைக் காட்டிக் கொடுத்துவிடும்.

சுண்டு விரலையும் பார்த்தான் பின்பு ஓடு என்றான். வீங்கிய முகத்துடன் நொறுங்கிய நெஞ்சுடன் ஒரு மைல்தூரம் ஓடினேன். அடிக்கடி இந்திய இராணுவமும் தமிழ்த் தேசியப் படையும் இப்படி எங்களை அள்ளிப்போவதும் விசாரிப்பதும் அடிப்பதுமாகப் பதப்படுத்தப்பட்டோம். ஓட்டமும் மனப்பதகளிப்புமாக 85க்குப்பின் வாழ்வு மாறிப்போனது. இருபக்கமும் அடிபடும் மத்தளங்களாக எங்கள் வாழ்க்கை.

22

இப்படித்தான் ஒரு நாள் வாப்பாவையும் மாந்துறை ஆற்றில் கொண்டுபோய் நீரில் அமுக்கி அமுக்கி விசாரித்தார்கள். தண்ணீருக்குள் தலையை அமிழ்த்தி தோளில் ஏறிநின்று சித்திரவதை செய்தார்கள். புலிகளுக்குக் கடையில் தேனீர் ஊற்றிக்கொடுத்த ஒரேயொரு பாவம்தான் வாப்பா செய்த பாவம்.

தேனீர் ஊற்றிக்கொடுக்காவிட்டால் அவர்கள் கொல்வார்கள்; ஊற்றிக்கொடுத்தால் இவர்கள் கொல்வார்கள். ஏறச்சொன்னால் எருதுக்கு கோபம்; இறங்கச்சொன்னால் முடவனுக்கு கோபம் என்பது முஸ்லிம்களின் விடயத்தில் மிகப்பொருத்தமாக இருந்தது.

அவர்களுக்குப் பொழுது போகவில்லை யென்றால் போதும் வீதியில் செல்லும் எங்களை அழைத்து முழங்காலில் நிற்கவைத்து வராத புலி வந்ததாக விசாரணை செய்து அடிப்பார்கள்.

அவர்களையும் நண்பர்களாக்கிச் சில சலுகை களை நாங்கள் பெற்றுக்கொண்டோம். குண்டுச் சட்டிக்குள் குதிரை ஓடுவதில் நம்மைவிடக் கில்லாடிகள் யார்.

இருக்கவே இருந்தது சையது பீடி. அதில் ஒரு கட்டை வாங்கி வழியில் இருக்கும் செக் பொயின்ட் களில் நிற்கும் ஜாவானுக்கு நீட்டினால் போதும் "அச்சா அச்சா ஜலோ ஜலோ" என்பான சிரிப்புடன்.

ஒரு முகாமிலிருந்து இன்னொரு முகாமிற்கிடை யில் தொடர்பாடலுக்காக நீண்ட வயர்களை இழுத்துக்கொண்டு போவார்கள். அந்த வயர்களை இடையில் கட் பண்ணி நம்மவர்கள் சுருட்டிக் கொண்டு போவார்கள். அது நல்ல கணதியான வயர். கார் பற்றரியிலிருந்து கனெக்ஷன் எடுத்துச்

சின்ன குண்டு பல்புகளை எரியவிட அந்த வயரைப் பயன் படுத்துவோம். மின்சாரமில்லாத பகுதிகளுக்கு அந்த வயரின் மூலம் மின்சாரமுள்ள இடத்திலிருந்து மின்சாரத்தைக் கடத்தலாம். அல்லது கார், லொறி பற்றரியிலிருந்தும் மின்சாரத்தை வயர் மூலம் இலகுவாகப் பெறலாம்.

பெற்றோல் செட் சந்தியிலிருந்து பேப்பர் பெக்டரியிலிருக்கும் இந்தியன் ஆமியின் கேம்புக்குத் தொடர்பாடலுக்காக சாவன்னாட சந்தியைத் தாண்டி வரும் புகையிரதப் பாதையை ஊடறுத்துச்செல்லும் உள்பாதையால் வயர் இழுக்கப்பட்டிருந்தது.

ஓர் இரவு நானும் நண்பர் நியாசும் அந்த வயர்களில் கொஞ்சம் வெட்டுவதென்று தீர்மானித்தோம். குறடுடன் நியாஸ் வந்தார். நான் இந்தியன் வருகிறானா என்று ஒழுங்கையில் நின்று வேவு பார்த்தேன். 20 அடி இருக்கும் வயரை நறுக்கிக்கொண்டு அதை முள்ளிவெட்டவானுக்குக் கொண்டுசென்றோம்.

ஒரு சையது பீடிக் கட்டு வாங்கிக்கொண்டேன். ஓட்டமாவடி பாலத்தடியில் ஒரு 'சென்ரிப்பொயின்ட்'; பின்பு இடையில் சில முகாம்கள். எல்லோரையும் ஒரு பீடிக் கட்டால் சமாளிக்க வேண்டும். வயரை இரண்டுபேரும் பிரித்துத் தொடையில் சுற்றினோம். பதற்றம் இல்லாமல் துவிச்சக்கர வண்டியில் ஏறி உழத்தினோம். பாலத்தடியில் இரண்டு சையது பீடி. ஜலோ என்றான்.

இடையில் அகப்பட்டவர்களுக்கு நாங்களாகவே மனமுவந்து அன்பளிப்புச் செய்தோம். என்னே அக்கறை. "அச்சா அச்சா பலே பலே" என்றார்கள். எப்படியோ இருபது யார் வயரும் முள்ளிவெட்டவானுக்குப் போய்விட்டது.

அக்காலத்தில் சில பொருட்களை வயலுக்குச் செல்பவர்கள் கொண்டுசெல்ல முடியாது. புலிகளுக்கு அது தேவைப்படும் என்ற முன்னேற்பாடு. எங்களுக்குச் சிரிப்பாய் வரும். அரசாங்கமும் இந்திய இராணுவமும் எதையெலல்லாம் அவர்களுக்கு இலகுவில் கிடைக்கக்கூடாது என்று தடைவிதித்ததோ அந்தப் பொருட்கள் புலிகளிடம் மிகத்தாராளமாக இருக்கும். ஒரு கிராமத்திற்கே வினியோகிக்கக்கூடியதாக குவிந்திருக்கும்.

விவசாயிகளுக்கு டோர்ச்சும் பெற்றரியும் இல்லாவிட்டால் இரவில் காவலுக்கு நிற்க நாதியில்லை. அதனால் பொயின்ட்டுகளில் சையது பீடிகளும், லக்ஸ், சந்தன சவர்க்காரமும் பரிமாறப்பட்டன. பொதியில் என்ன இருக்கிறது என்பதைக்கூட பிரித்துப் பார்க்க மாட்டார்கள்.

இப்படித்தான் புலிகளும் சில சாமான்களைக் கடத்திப் போவார்கள்.

இந்தியன் ஆமி அவர்களை அண்டிய முகாம்களில் சகாய விலைக்கடைகளையும் அமைத்தனர். இந்தியச் சாமான்களைச் சகாய விலையில் சனங்கள் வாங்கிச்செல்வதுண்டு. அப்போது நாங்கள் இரண்டு ரூபாய்க்கு 10 சிகரெட் வாங்கியது நினைவில் உள்ளது. இந்திய இராணுவம் சென்றாலும் அவர்கள் விட்டுச் சென்ற கடையை இலங்கை இராணுவம் தொடர்ந்து செய்கிறது. மஹரகமயில் மரக்கறி வியாபாரமும் கட்பீசும் சில நேரங்களில் பெற்றோல், டீசலும் சலுகை விலையில் கிடைப்பதுண்டு.

இந்திய இராணுவம் எங்கள் மண்ணில் மறக்க முடியாத வரலாற்றை இரத்தத்தால் எழுதிச் சென்றது.

23

ஒவ்வொரு காலையும் இந்திய இராணுவம் வீதியில் ரோந்து செல்வது வழக்கம். 1987.12.03இல் காலையில் புறப்பட்ட இராணுவம் ஓட்டமாவடிப் பாலத்திற்குள் நுழைந்தது. அங்கே ஜவான்களின் தலைவிதியை நிர்ணயிக்கும் கிளைமோர் பாலத் திற்கப்பாலிருந்த வேப்பமரத்தில் காத்திருந்தது. புகையிரதத்துக்கும் ஏனைய வாகனங்களுக்கும் போக்குவரத்துக்கு ஒரேயொரு பாலம்தான் அப்போது. 2010இல்தான் புதிய பாலம் திறக்கப்பட்டது. இப்போது புகையிரதத்திற்குத் தனிப்பாலம்.

பாலத்திற்குள் பட்டாளம் நுழைந்ததும் எதிரே இருந்த வேப்பமரத்திலிருந்து சீறிவந்த கிளைமோரில் துடிதுடிக்க அவ்விடத்திலேயே 15 இராணுவத்தினர் மாண்டனர். பலருக்குக் காயம். ஊரே திகிலில் உறைந்து போய்விட்டது. கடைகள் அவசரமாகச் சாத்தப்பட்டு மக்கள் வீடுகளுக்குள் முடங்கிக்கொண்டனர். இலங்கை மின்சார சபை அமைந்துள்ள மாவடிச்சேனைச் சந்தியிலிருந்து இந்திய இராணுவத்தின் துப்பாக்கிகள் சகட்டுமேனிக்குச் சுட்டுக்கொண்டு வந்தன. கண்ணில் அகப்படுவர்களைக் கண்மூடித்தனமாகச் சுட்டனர். இப்போது வாழைச்சேனை பொலிஸ் நிலையம் அமைந்துள்ள இடத்தில்தான் இந்திய இராணுவத்தின் பிரதான முகாம்.

முதல் பலி (உலக்க பாவா) என்றழைக்கப்படும். நூர் அலிஷா பிச்சை முகைதீன், உசனார் அப்துல் லதீப் ஆகிய இருவரையும் ரெயில்வே வீதியில் வைத்து இந்திய இராணுவம் சுட்டுக்கொன்றது. பாவாவும் அவர் குடும்பமும் ரெயில்வேக்கு பக்கத்தில்தான் வாழ்ந்தனர். ஏழைகள் வாழ்ந்த இடம். சத்தம் வந்தவுடன் என்னவென்று பார்ப்பதற்கு தலையை நீட்டியிருக்கிறார். தலையில் சுட்டிருக்கின்றார்கள்.

பாலம்வரை சுட்டபடி வந்ததில் கடைகளும் வீடுகளும் சேதாரம் ஆகின.

எங்களூரில் பாவாமார்கள் குறிப்பிட்ட பகுதிகளில்தான் வாழ்ந்துவந்தனர். மாவடிச்சேனை, பிறைந்துறைச்சேனை போன்ற இடங்களில் செறிவாக வாழ்ந்துவந்தனர். குறிப்பிட்ட தொழில் என்று அவர்களுக்குக் கிடையாது. மக்கள் இவர்களுக்கு நிறைய தர்மங்களைக் கொடுத்து வந்தார்கள். வெள்ளிக்கிழமைப் பள்ளிகளில் கண்களுக்கு சுர்மா இடல், அத்தர் திரவியத்தை பஞ்சிலே நனைத்து காதுகளின் இடுக்கில் திணித்து விடல் போன்ற பணிகளில் ஈடுபட்டிருப்பர். பஞ்சிலே நனைத்த அத்தர் என் காதில் இரண்டு தினங்களுக்கு மணக்கும் சுர்மாவும் கண் வளையங்களின் கீழ் அசர் தொழுகை முதல் ஜொலிக்கும்.

சைக்கிள் கம்பியின் முனையைக் கூராக்கி சுர்மா டப்பா வுக்குள் தேய்த்துக் கண்களின் கீழும் இமைகளின் மேற்பரப்பிலும் ஒரு கோடு போடுவர் சில சமயம் கோடு போடும் போது இலேசாக கண்களுக்குள்ளும் சுர்மா தூள் சிதறி விழும் கண்கள் எரிந்து பின்னர் குளிர்ச்சியாக இருக்கும். சுர்மா இடுவது கண்ணுக்குக் குளிர்ச்சி.

சில பாவாக்கள் கையில் ஈட்டி போன்ற வேலுடன் ஊருக்குள் வீடுவீடாக வருவார்கள். கையில் செம்பு, தஸ்பீஹ் மாலை, கழுத்தில் உருத்திராட்ச மாலையை நிகர்த்த மாலைகள், ஜடா முடி, பச்சைத்தலைப்பாகை என அவர்களின் ஆடை அலங்காரங்கள் ஆர்ப்பாட்டமாக இருக்கும்.

பாவா வருகிறார் என்றால் ரபானும் கூடவே வரும். தட்டித்தட்டி இனிமையான குரலில் வாசலில் நின்று பாட்டுப் படிப்பார்கள். நாகூர் ஹனீபாவின் பாடல்கள், ஞானப் பேழையிலிருந்து சூபித்துவப் பாடல்கள் தூள் பறக்கும்.

தவிர நோன்புக் காலங்களில் அதிகாலை இரண்டரை மணிக்கெல்லாம் பாவாமார்கள் எழுந்து ஊருக்குள் நுழைந்து விடுவார்கள். அலாரம், மின்சாரமில்லாத காலத்தில் லாந்தரை ஏந்திக்கொண்டு தெருத்தெருவாய் சஹருக்கு மக்களை எழுப்பு வார்கள். கூட்டமாக வந்து ஒவ்வொரு தெருவிலும் ரபானை ஓங்கி அடித்து சஹருக்கு எழும்புங்கோ என சத்தம் வைப்பார்கள். அந்தச் சத்தத்தில்தான் மக்கள் சஹருக்கு எழும்புதுண்டு.

ரமழான் காலத்தில் இருபத்தியேழில் வீட்டுக்குவீடு பாவாக்கள் ஆஜராகி விடுவர். லாம்பென்ன காசிக்கு வந்து விடுவார்கள். சஹருக்கு எழுப்பிய அன்பளிப்பாக பணமும் அரிசியும் வழங்கி மக்கள் மகிழ்விப்பர். லாம்பென்ன காசி

என்பது அர்த்த சாமத்தில் லாந்தருடன் அவர்கள் வருகை தருவது வழக்கம். அதற்கு மண்ணெண்ணெய் ஊற்ற வேண்டுமே அதற்குத்தான் முழு ஊரையும் வடித்தெடுப்பார்கள். மிஞ்சிப் போனால் ஒரு மாதத்திற்கும் ஒரு இரண்டு போத்தல் எண்ணெய் தீர்ந்துபோகலாம்.

பாவாமார்கள் காதிரிய்யா தரீக்கா*வை பின்பற்றுபவர்கள். முகைதீன் அப்துல் காதர் (ரஹ்) அவர்களின் சீடர்கள் எனத் தங்களைச் சொல்லிக்கொள்பவர்கள். ஆனால் அவர்களின் வாழ்க்கை முன்மாதிரிக்கும் அவர்களின் வாழ்வு முறைக்கும் துளியளவும் சம்பந்தமிருக்காது.

முகைதீன் அப்துல் காதருக்கு நேர்ச்சை கேட்டு ஜெயிலானிக்குப் போகவென வசூல் நடக்கும்.

இந்தக் காலங்களில் சிலர் பாவாமார்களைச் சீண்டிப் பார்ப்பதுண்டு. ‘ஜெயிலானிக்கு நேர்ந்து வச்சிருக்கிறன்’ பாவா என்றவுடன் மிகுந்த எதிர்பார்ப்புடன் சொன்னவரின் வீட்டுக்குள் பாவா செல்வார். அங்கே பெரிய பாறாங்கல்லை வெள்ளைத்துணியில் சுற்றி இதை ஜெயிலானிக்குக் கொண்டுபோய் குடுங்க பாவா என்பார்கள். பாவாவும் சந்தோசமாகக் குனிந்து தூக்குவார்.கல்லை இனங்கண்டவுடன் இயலாமல் தூசணம் பறக்கும். வெள்ளிக்கிழமைகளில் வெள்ளையுடுத்திப் பளிச்சென அவர்கள் தென்படுவார்கள்.

பாவாமார்களின் வெட்டுக்குத்து, சீனடி நிகழ்வுகள் அக்காலத்தில் பிரபல்யமாக இருந்தது. இரவு நேரங்களில் முற்றவெளியில் இது நடக்கும். பலவிதமான வித்தைகளைச் செய்து களிப்பூட்டுவர். சிறுவர்கள் பெண்கள் ஆண்கள் எனப் பெருந்திரள் குழுமியிருக்கும். வாண்டுகளான நாங்கள் பெரியவர்களுக்கிடையில் ஆட்டுக்குட்டிகள் போல் நுழைந்து முன்வரிசையில் நிற்போம். பாவாக்கள் கையில் ரபானுடன் கூட்டத்தின் நடுவே ஆடிப்பாடி நடனமிடுவர். எல்லோரும் பச்சைத் தலைப்பாகை கட்டியிருப்பர்.

மல்லுக்கு நிற்கும் முரட்டுக்காளைகள் போல் பாடல்கள் உச்சஸ்தாயில் ஒலிக்கும். கைகளில் கூராயுத்தால் குத்தியபடி வலம் வருவர் சிலர். சிறு கம்பிகளால் கண்களில் குத்திக்கொண்டும் சிலர் நாக்கை இழுத்து அறுத்தபடியும் வித்தைகள் காட்டுவர். எப்படி வெட்டினாலும் இரத்தம் வராது. அப்படி வந்தால் வித்தையில் பிழை இல்லை. தொடக்குக்காரிகள் நிற்கிறாங்க என்ற கூச்சல் எழும். பெண்கள் ஆளையால் முகத்தைப் பார்த்தபடி

---

* சூபிகள் சிலரால் பின்பற்றப்படும் ஒரு சிந்தனைப்பிரிவு

நின்றிருப்பார்கள். பாவாமாருக்கு வித்தை வசியமாகாது. கூட்டம் அவதிப்படும். அவசரமாக வசூல் நடக்கும். அன்றைய தினம் பாவாமார்களின் காட்டில் மழை பெய்வதைப் பார்த்தபடி வீடுகளுக்குத் திரும்புவோம்.

பாவாமார்களைக் கண்டு பயப்படுவதற்கு இந்தக் குத்து வெட்டும் ஒரு காரணமாயிருந்தது. இரத்தம் சிந்தாமல் வலி யெடுக்காமல் அவர்கள் ஆயுதத்தால் வெட்டுவதைச் சொல்லியே உம்மா பயம் காட்டுவா. போதாக்குறைக்கு வாசலில் வந்துநிற்கும் பாவா 'ஹேல்' என்று ஒரு சத்தம் வைத்து ரபானை உலுக்கி ஓங்கி அடிப்பார். இதயம் சாய்வுத்தம்பி மோதினார் அறுத்துப்போடும் கோழிபோல் கிடந்து துடிக்கும். அக்கரைப்பற்று நண்பர் அப்துல் ஹமீது மௌலவி மேடையிலேறி இந்த பாவாக்களின் வித்தைகளை புட்டுப்புட்டாக அவிழ்த்து விட்டபோது அட நம்மள ஏமாத்திட்டாங்கய்யா என்று மனம் வெட்கிப்போனது.

காலவோட்டத்தில் பாவாமார்களின் சந்ததிகள் கல்வி கற்றுப் பதவிகளில் அமர்ந்துகொள்ளச் சிலர் வியாபாரம், கைத்தொழில் என்று வளர்ந்துவர பாவாமார்களின் பாரம்பரியங்கள் மங்கிப் போயின. சஹருக்கு எழுப்புவதற்கு பாவாவின் ரபானுக்கு முதல் செல்போனின் அலாரம் அலறுகிறது.விடியவிடியத் தூங்காமலிருக்கும் எப்.எம்களில் ரீங்காரமிடும் விசேட சஹர் நிகழ்ச்சிகள் மக்களை அடித்து எழுப்பிவிடும்.

தராவீஹ் தொழுகைக்குப் பள்ளிக்குப்போகும் இளைஞர் களின் வீடு திரும்புதல் பெரும்பாலும் சஹர் நேரத்தில்தான் நடக்கும். கொழும்பில் புதுக்கடைபோல் கிராமங்களிலும் ரமழான் கடைகள் நோன்புக் காலத்தில் களைகட்டும். சும்மா கிடக்கும் வீதியில் கிரிக்கெட்டும் பந்துமாக இளைஞர்கள் இபாதத்துகளில் ஈடுபட்டு தூங்குபவர்களின் கண்ணியமான தூக்கத்தைக் கலைத்தபடி இருப்பர். சஹர் வரைக்கும் தெருவில் நின்றபடி வீட்டுக்குள்ளிருக்கும் யுவதிகளுக்கு இரவு வணக்கமாகச் செல்போனில் விளக்கம் நடக்கும்.

நோன்பு காலங்கள் பெரும்பாலும் தலைநகரிலும் கிராமத் திலும் இப்படித்தான் கழியும். இக்காலத்தில் பாவாமார்கள் ரபானைத் தூக்கிக்கொண்டு லாந்தருடன் வந்தால் ஓடஓட விரட்டும் கூட்டம் முளைத்து விட்டது.

24

நோன்புக் காலத்தில் சாமத்தில் எழுப்ப வரும் பாவாமார்களை அச்சமூட்ட அக்காலத்தில் சில இளைஞர்கள் இருந்தனர். சில்மிஷம் செய்வதே இவர்களின் தொழில். சில பாவாமார்களுக்கு நள்ளிரவில் நடமாடுவது அச்சம் என்பதை இவர்கள் எப்படியோ கண்டுபிடித்து விடுவர். ஆளரவமற்ற தெருக்களில் இந்த இளைஞர் கூட்டம் வெள்ளைத்துணியால் தங்களை முழுமையாகப் போர்த்தியபடி நள்ளிரவில் மறைந்திருப்பர். ரபானைத் தட்டிக்கொண்டுவரும் பாவாமார்களின் முன் இவர்கள் திடீரென எழும்பியவுடன் ரபானை வீசி விட்டு விழுந்தடித்து ஓடிய பாவாமார்களின் கதைகள் அனந்தம். நோன்பு முடியும் வரை இந்தக் கதைகள் சுவாரஸ்யமாகத் தெருக்களில் பேசப்படும். 2011இல் முஸ்லிம் கிராமங்களில் கிறீஸ் மனிதனின் நடமாட்டம் பாவாமார்களின் பிரசன்னத்தைச் சற்றுக் குறைத்துவிட்டது. கிறீஸ் மனிதனின் பெயரால் பல தில்லுமுல்லுகள் நடைபெற்றதும் குறிப்பிடத்தக்கது.

பாவாவையும் அப்துலையும் சுட்டுக்கொன்ற பின் இந்திய இராணுவம் பஜாருக்கு வந்து காதர் டெக்ஸ்சின் முன் வராந்தாவில் சதா தைத்தபடி இருக்கும் சீனட்டி* டைலரையும் சுட்டுக்கொன்றது.

அவர் ஜீவிதமே சாரம் மூட்டுவதிலும் பொலிதீன் தைப்பதிலும் போய்க்கொண்டிருந்தது. அவரையும் தையல் மெசினிலிருக்க சுட்டுக்கொன்றார்கள்.

வெறிபிடித்த மிருகங்களைப்போல் இந்திய இராணுவம் அந்நாட்களில் நடந்துகொண்டது. சொந்த தேசத்தின் மக்களையே வேட்டையாடும் இந்தியப் படையைத் தடுக்கவியலா கையாலாகாத் தனத்தில் இலங்கை இராணுவமும் பொலிசும் முகாம்களுக்குள் முடங்கியிருந்தனர்.

---

* ஒருவரின் பட்டப் பெயர்

91 இலும் இப்படியொரு திகிலை எதிர்கொண்டது நினைவில் ஆடுகிறது.

கிழக்கில் பொலிஸ் நிலையங்களையும் இராணுவ முகாம்களையும் ஏக காலத்தில் புலிகள் முற்றுகையிட்டனர். நிராயுதபாணியாக்கிவிட்டு பொலிசாரைச் சரணடையச் செய்தனர். சரணடைந்த சிங்கள, முஸ்லிம் பொலிசாரின் கதைகள் இன்னும் எந்த ஆணைக்குழுவிலும் கணக்குக் காட்டவில்லை.

முஸ்லிம் பொலிசாரில் சிலர் தப்பிவர, சிலருக்கு என்ன நடந்திருக்கும் என்பது சர்வதேசத்தின் ஊகத்திற்கு விட்டு விடுவோம். புலிகள் மனித குலத்திற்கு ஏதாவது நல்லது செய்திருப்பார்களா என்று நினைத்துப் பார்க்கின்றேன். தமிழ் மக்களுக்கும் செய்யவில்லை; முஸ்லிம் மக்களுக்கும் செய்யவில்லை. இந்த நாட்டிற்கும் அப்பாவிகளுக்கும் தீயதைத் தவிர எதையும் செய்யவில்லை என்பதே மகா உண்மை. 30 வருடப் போராட்டத்திற்கு அவர்கள் பெற்றுக்கொண்டது ஒரு முதலமைச்சர் ஒரு பிரதி அமைச்சர்.

முற்றுகைக் கலவரத்தில் நாடே கொதித்துக்கொண்டிருந்தது. நான் அட்டாளைச்சேனை விடுதியிலிருந்த காலம். எங்களுக்கு உணவுப்பொருட்கள் வாங்குவதற்கு இரண்டு நாட்களாகக் கடைகள் திறக்கவில்லை. விடுதியில் 100க்கு மேற்பட்ட மாணவர்களைச் சமாளிப்பதில் நிர்வாகம் பெரும் சிரமங்களை எதிர்நோக்கியது. தலையைப் பிய்த்துக்கொள்வதைத்தவிர இரண்டு நாட்களும் வேறொன்றும் செய்ய முடியவில்லை

வாகனங்கள் ஓடவில்லை. வெளிமாவட்டங்களில் இருந்து சாமான்கள் கொண்டுவரும் லொறிகளும் வரவில்லை. அம்பாறைக்குச் சென்று சாமான்கள் வாங்கிவரவும் எவ்வித முகாந்திரமுமில்லை. மூன்று நாட்களின் பின் விடுமுறை வழங்குவதென்ற தீர்மானத்திற்கு நிர்வாகம் வந்தது. தென்னிலங்கை, மலைநாட்டு நண்பர்கள் அம்பாறை வழியாக ஊருக்குப் போவதென்று தீர்மானித்தாயிற்று. அவர்களை இரண்டு ட்ரக்டரில் ஏற்றி அம்பாறை டவுணில் கொண்டு விட்டார்கள்.

கிழக்கு மாகாணத்தின் மட்டக்களப்பு மாவட்டத்தில் வசிக்கும் எங்களுக்கு ஆபத்து காத்திருந்தது. கல்முனைக்கு ஒரு வேனில் அடைப்பட்டு பதினைந்து பேர் புறப்பட்டுச் சென்றோம். காத்தான்குடி, ஏறாவூர், வாழைச்சேனை, மீராவோடை, ஓட்டமாவடி என பல ஊர்களும் ஐக்கியப்பட்டுக் கல்முனையில் வந்து இறங்கினோம். கல்முனை வெறிச்சோடிக் கிடந்தது.

மட்டக்களப்புக்கு வாகனங்கள் எதுவும் ஓடவில்லை. அங்கிருந்து மருதமுனைக்கு நடப்பதென்று முடிவாயிற்று. மருதமுனையிலிருந்து வாகனங்கள் கிடைக்கவில்லை. அன்றிரவு மருதமுனை எங்களை வரவேற்றுப் பள்ளியில் உறங்குவதற்கு இடமும் உணவும் தந்து உபசரித்தது. அங்கும் இரவில் பதற்றம் நிலவியது, எந்நேரமும் புலிகள் ஊருக்குள் ஊடுருவக்கூடும் என்ற அச்சம்.

இராணுவம் முன்னேறி வந்துகொண்டிருப்பதாகத் தகவல் வந்தது. களுவாஞ்சிக்குடி இராணுவத்தின் கையில் விழுந்து விட்டதாக இரவில் பேசிக்கொண்டார்கள்.

மறுநாள் காலை சுபஹ் தொழுதுவிட்டுப் புறப்படுவதென்று தீர்மானித்தாயிற்று. காலையில் களநிலையைக் கவனித்துவர நீலாவணை வரைக்கும் பள்ளி நிர்வாகிகளில் ஒருவர் போய்ப் பார்த்துவிட்டு வந்தார்.

புலிகளின் நடமாட்டம் இல்லை. இருந்தாலும் சண்டை நடப்பது இப்ப ராணுவத்திற்கும் அவங்களுக்கும்தான் நமக்கு ஒண்டும் செய்யமாட்டாங்க. நீங்க கவனமா போங்க தம்பியள் என்று வழியனுப்பி வைத்தார்கள்.

மூட்டை முடிச்சுக்களுடன் நடந்தோம். அறுபது மைல்கள் நடக்க வேண்டும் என்பதெல்லாம் அந்த வயதில் பெரும் சுமையாக அழுத்தவில்லை. ஊருக்குப் போக வேண்டும் என்பதே குறிக்கோள். இடையில் பதுங்கியிருந்த ஆபத்துகளைச் சிந்தித்துப் பார்க்காத பருவம்.

பெரிய நீலாவணை தாண்டியதும் மனிதர்களின் நடமாட்டத்தைக் காணவில்லை. ஆமியும் இல்லை புலியும் இல்லை சண்டையும் இல்லை. மௌனத்துள் புதைந்திருந்தன எல்லைகள். சண்டை நடந்து ஓய்ந்து களைத்துக் கிடந்தன கிராமங்கள். வீதிகளில் ஷெல்கள் குத்திய பள்ளங்கள். சாமான்கள் சிதறிக்கிடந்த கடைகள் திறந்தபடி ஆவென்று தெரிந்தன.

வீடுகளும் திறந்தபடி; மின்விசிறிகள் சுழன்றபடி; தொலைக் காட்சிகள் சனல்கள் ஓடியபடி; மக்கள் மட்டும் இல்லை. தெருவில் சில உயிரற்ற உடல்கள் கிடந்தன. பெரும்பாலும் ஆண்களுடையவை. எங்களுடன் வந்த காத்தான்குடி தோழர் இம்தியாஸ்தான் மிகச்சிறிய வயதினர். இந்தப் பேரழிவுகளைக்கண்டு அவர் ஒப்பாரி வைக்கத் தொடங்கிவிட்டார். அவரைச் சமாதானப் படுத்தி நடந்தோம்.

வழியில் ஒரேயொரு கிராமத்தில் களுவாஞ்சிக்குடிக்கு அப்பால் சில தமிழ்ச் சனங்கள் பாதையில் நின்று எங்களை வழிமறித்துக் கதை கேட்டனர். தண்ணீர் தந்தனர்.

ஒரு வயோதிகத்தாயின் குரல் என் பின்னால் விழுந்தது. "ஒங்களுக்கு தேத்தண்ணி தாரதுக்கு ஒரு சுரங்கச்சீனியும் இல்லயே தங்கம்காள் ..."

அந்தக்குரலின் மனிதத்துவத்தைத்தான் எரித்து சாம்பராக்கிப் புலிகளும் அவர்களின் அருவருடிகளும் குளிர்காய்ந்தனர். என் செவிகளில் அந்தக்குரல் இன்னும் இதமாகவும் ஏக்கமாகவும் ஒலிக்கிறது.

களுவாஞ்சிக்குடியிலிருந்து ஒரு மைல் தொலைவில் முதல் படையைச் சந்தித்தோம். மேஜர் மஜீத் என்பது இன்னும் நினைவில் உள்ளது. அவர்தான் இராணுவத்தை வழிநடத்தி முன்னேறி வந்தார். கூட்டமாக எங்களைக் கண்டதும் இராணுவம் அரண்டு போனது. துவக்குகள் எமை நோக்கி உயர்ந்தன. கைகளை உயர்த்தியபடி ஏறாவூர் ஜாபிர்தான் சென்றார். அவர் ஆமியுடன் கதைத்தார். பின்பு கைகளைக் கீழே விடும்படி கட்டளை வந்தது. மேஜர் மஜீத் அருகே வந்து ஆறுதலாகக் கதைத்து வழியில் கவனமாகப் போங்கள் இனிப் பயமில்லை என்றார். வழியில் சைக்கிள் கடைகள் திறந்து கிடக்கின்றன. ஆபத்துக்குப் பாவமில்லை. இன்னும் பல மைல்கள் நீங்கள் போக வேண்டும். சைக்கிள்களை எடுத்துக்கொண்டு போங்கள் என்றனர்.

களுவாஞ்சிக்குடியில் சைக்கிள்கள் நிறைந்து கிடந்தன. சைக்கிளை மட்டுமல்ல ஒரு துளியளவு மண்ணைக்கூட கொண்டு செல்வதில்லை என்பதில் நாங்கள் உறுதியாக இருந்தோம். கடைசிவரை நடப்பதென்று முடிவெடுத்தாயிற்று. நாய் வேசம் போட்டால் குரைத்துத்தானே ஆக வேண்டும்.

உச்சிவெயில், மரண பயம், ஆளரவற்ற வீதிகள் மேலே சுழன்றபடி கண்காணிக்கும் ஹெலிகள். தாழப்பறப்பதும் மேலேகுவதுமாக ஹெலிகள் அச்சத்தைத் தந்தன. அச்சத்தில் நடந்தோம், எந்நேரமும் எதுவும் நடக்கலாம் என்ற எதிர்பார்ப்பு.

அது நடந்தது விட்டது.

25

எது நடக்கக்கூடாது என்று ஆசைப் பட்டோமோ அது ஈற்றில் நடப்பதற்குரிய அட்டவணைகள் நடந்தேறின. யுத்தம் எழுப்பிய புழுதி சனங்களின் முகங்களில் மரணமாய் அப்பிக் கிடந்தது. தெருவெங்கும் மூட்டை முடிச்சுகளுடன் ஓடிக்கொண்டிருந்தனர் சிலர். எங்களை நின்று நிதானித்துப் பார்த்துவிட்டு ஓடினர் சிலர். தன்னை யும் உறவினர்களையும் காப்பாற்றும் நோக்கில் எதைப்பற்றியும் கவலைப்படாமல் அவர்கள் ஓடினர். பிள்ளைகளின் குய்யோகுய்யோ என்ற இரைச்சல் வீதியை அடைத்தபடி நீக்கமற எங்கும் பரவியிருந்தது. வாகனங்கள் எதுவும் பாதையில் தென்படவில்லை. முஸ்லிம் கிராமமான காத்தான்குடியை அண்மித்து விட்டதாக எங்களுக்குள்ளிருந்து சத்தம் வந்தது. அந்தக் குரலில் மிகுந்த உற்சாகம் கரை புரள்வதைக் கேட்டேன். காத்தான்குடிக்கு முன் ஆரையம்பதி இருக்கின்றது. தேற்றாத்தீவு இருக்கின்றது. மனம் கணக்குப்போட்டபடி கால்கள் விரைய தேற்றாத்தீவு வந்துவிட்டது.

தேற்றாத்தீவுக்குள் நுழைந்தவுடன் சில இளைஞர்கள் எங்களைச் சுற்றிவளைத்தனர். மனம் அந்தரமாய் அடிக்கத்தொடங்கியது. முஸ்லிம்களின் நிழல்கூட வெளியில் உலவாத மரண நேரமது. எங்களை வழிமறித்த இளைஞர்களின் முகத்தில் எந்தச் சலனமும் இல்லை.

'உங்கள சேர்ச்சுக்குள்ள கூட்டிவரச் சொன் னார்கள் வாங்க' என்றனர். மறுப்பதற்கும் ஓடித் தப்பிப்பிழைக்கவும் எந்த முகாந்திரமும் இல்லை. அல்லாஹ்வையன்றி காப்பாற்றும் அனுக்கிரகமும் இல்லை. எங்கள் மனங்களில் வாழ்வின் முற்றுப்புள்ளி இடப்பட்டதான அச்சம் மேலோங்க அதரங்கள் கலிமாவால் துடித்தன. மகுடிக்குக் கட்டுப்பட்ட

பாம்பென நடந்தோம். சேர்ச்சுக்குள் மக்கள் வெள்ளம் திரண்டிருந்தது.

மரங்களால் நிரம்பியிருந்த சேர்ச்சில் வழிநெடுகப் பூமரங்கள் தலையாட்டியபடி நின்றன. வானத்தை மறைத்தபடி எழுந்துநிற்கும் மரங்களை இரசிக்க மனமின்றி உயிரைப் பாதுகாக்க என்ன வழியென்ற சிந்தனையில் நடக்கத் தொடங்கினோம்.

சேர்ச்சுக்குள் அகதிகள் என்பது சற்று நேரத்திற்குப்பின்தான் தெரியவந்தது. எங்களையும் ஒதுக்குப்புறமாக உள்ள ஓர் இடத்தில் அமரச்சொன்னார்கள். யார் எம்மை அழைத்தது? ஏனிந்த இரகசிய ஏற்பாடு? இதற்குள் எங்களை ஏன் அடைத்து வைத்துள்ளார்கள்? ஆளையாள் ஐயத்துடன் கேட்டு விடை தெரியாமல் திருதிருவென்று தரையில் அமர்ந்திருந்தோம். தொப்பிகளைக் கழற்றுங்கள் என்றார்கள். பின்னர் தேனீர் தந்துவிட்டுப் போனார்கள்.

குடிக்கும்போது ஜாபிர் சொன்னார். இது கடைசிச் சொட்டுத் தேனீர். நம்மள ஆற்றங்கரைக்குக் கொண்டு போய் வெட்டப்போறானுகள் ...

அதைக்கேட்டு சிறியவர்கள் அழுதார்கள். சிலர் சமாதானப் படுத்தினாலும் மனம் அடித்துக்கொண்டது.

எமக்கு முன் இலைகுழையால் மூடப்பட்ட ஒரு வேன் நின்றிருந்ததை அப்போதுதான் பார்த்தோம்.

சடாரென அந்த வேனிலிருந்த கொத்துகள் உருவப்பட்டன. வெள்ளைவேன் பளிச்சென எம் கண்களில் பீதியாய் நின்றது.

அந்த வேனில் எங்களை ஏற்றிக்கொண்டு புறப்பட்டார்கள். பாதரும் கூடவே வந்தார். அப்போதுதான் அவரைப் பார்த்தோம் எங்களை வேனிலிருந்து தலையை மேலே உயர்த்தாமல் இருக்கும்படி சைகை காட்டினார். ஏதோ விபரீதம் நடந்திருக் கின்றது. அல்லது நடக்கப்போகிறது. வழியில் யாரும் பேசவில்லை. மௌனமாய் வேனுக்குள் புதைந்திருந்தோம். கடைசிச் சொட்டு உயிர் வாழ்தலின் அர்த்தம் மகா யுகமாய் எம்முன் விரிந்தது. இளமையின் கனவுகள் எங்கேயோ ஒரு வனாந்திரத்தில் மண்ணில் புதையுண்டு போவதை நினைக்கையில் மனம் ஓவென்று அலறத் தொடங்கியது. எமது பிரிவால் கதறியழும் உம்மாக்களின் கண்ணீர். உறவினர்களின் தவிப்பு. நண்பர்களின் பதகளிப்பு. கிராமத்தின் சோகக்காட்சி, இதற்காகப் பலிக்குப்பலிவாங்க

அப்பாவிகளைக் குறிவைத்துக் காத்து நிற்கும் எம் ஊரின் சில இளைஞர்களின் கோபாக்கினி எல்லாமே மனசுக்குள் வேகமாய் ஓடிக்கொண்டிருக்க கண்கள் என்னை அறியாமல் நீரை உகுத்தன.

ஆரையம்பதி தாண்டியதும் வேனை நிறுத்தி, இரும்புத் தைக்காப் பள்ளிவாயலுக்கு விடும்படி பாதர் சாரதியைப் பணித்தார். அப்போதுதான் சுயநினைவுக்குத் திரும்பினோம். காத்தான்குடியை அண்மித்துவிட்டோம். இதோ கண்தொடும் தூரத்தில் மினாராக்களில் எங்கள் உயிர் பறக்கவாரம்பித்தது. பாதரின் குரலில் மலக்குள் மௌத் இல்லை. கருணையும் அன்பும் ததும்பிய மனிதத்தின் குரலினைக் கேட்டோம்.

26

தைக்காப்பள்ளியில் வேன் நிற்கும்வரை பாதரின் முகத்தையே பார்த்துக்கொண்டிருந்தேன். முகத்தில் பிறை வடிவத்தில் அழகிய அம்சமான தாடி, சாந்தம் தவழும் புன்னகை பூசிய முகம். மக்களுக்காக அர்ப்பணிப்புடன் சேவை செய்யும் திடகாத்திரமான பார்வை. பாதர் பள்ளி நிர்வாகத்தினரிடம் எங்களை ஒப்படைத்துவிட்டு எங்கள் கரங்களைப் பற்றிக்குலுக்கினார்.

வழியில் ஒரு கூட்டம் முஸ்லிம் ஆட்களை வெட்டுவதற்கென்று கத்தியுடன் நிற்பதாகத் தகவல் கிடைத்துள்ளது. எங்களையும் கண்டு அப்படியே விட்டால் பெரிய இனக்கலவரம் வெடிக்கும் என்ற நல்லெண்ணத்தினால் இவ்வளவு பாதுகாப்பாகக் கொண்டுவந்து சேர்த்திருக்கின்றார். அவர்தான் பாதர் ரொபர்ட் கிங்ஸ்லி. நினைவுத்தடங்களில் அழிக்க முடியாத நன்றியுடன் நினைவில் மணக்கும் பெயர். பிற்காலங்களில் மட்டக்களப்பு மண் ரோசா இல்லத்தில் அவர் இருப்பதாகச் சொன்னார்கள். சில வருடங்களுக்குப்பின் மட்டக்களப்பில் இருந்து வந்த மைக்கல் கொலின் அவர்களை ஆசிரியராகக் கொண்டு வெளிவந்த *தினக்கதிர்* பத்திரிகையில் ஒரு குறிப்பு எழுதியிருந்தேன். அதைப் படித்துவிட்டு அவர் என்னைத்தேடி வீட்டுக்கு வந்ததும், அளவளாவிச் சென்றதும் இன்று போல் உள்ளது. ஆனால் பதினைந்து வருடங்களைத் தாண்டிவிட்டது என்பதை நினைக்கும்போது காலத்தின் அசுர வேகத்திற்கு ஈடுகொடுக்க முடியாத கையறுநிலை நெஞ்சில் பாறாங்கல்லாய் அழுத்துகின்றது.

எங்களுடன் வந்த காத்தான்குடி நண்பர்கள் நின்றுவிட்டார்கள். சுகைப் ஹாபிழின் தன் வீட்டில் பகலுணவு தந்தார். மிகவும் மென்மையானவர். எங்கள் பயணத்தின் வழிகாட்டியும் மூத்தவரும் அவர்தான். சதா வுழுவுடன் இருப்பார். கல்லூரியில்

எப்பொழுதும் குர்ஆனுடன் இருப்பவர். வுழுவை அடிக்கடி புதுப்பிக்கும் அவரின் நீள் சட்டையின் கை ஓரங்களில் மஞ்சல் படர்ந்திருக்கும்.

‘பள்ளிக்குருவி’ என்றுதான் நாங்கள் அவருக்குச் செல்லப் பெயர்; அவரை வீதியில் கடைத்தெருவில் கடற்கரையில், மைதானத்தில் எங்குமே காணமுடியாது நீக்கமற பள்ளியில் இருப்பார். கூச்ச சுபாவமுள்ளவர். மஞ்சந்தொடுவாயிலுள்ள அவரின் வீட்டிற்குப் பக்கத்திலுள்ள பள்ளியில் இரண்டு நாள் கழித்து சுஜூதில் இருக்கும்போது அவரையும் சுட்டுக் கொன்று விட்டதாகத் தகவல் கிடைத்தது.

பாதை நெடுகிலும் பயணத்தில் ஒரு வார்த்தையேனும் வீணாகப்பேசாமல் குர்ஆனை ஓதியபடி அவர் நடந்து வந்தது என் நினைவில் காலத்தால் மங்காமல் சுடர்கிறது.

அன்று பகலுணவுக்குப்பின் அங்கிருந்து புறப்பட்டு மாலை ஏறாவூரில் நண்பர் ஜாபிரின் வீட்டில் தங்கினோம். இருள் பரவ ஆரம்பித்து விட்டது. மனித நடமாட்டங்களற்ற வீதியில் நாய்களைத்தவிர துப்பாக்கி ஏந்திய பொலிஸ், இராணுவத்தைத்தவிர வேறொன்றையும் காணவில்லை. இன்னும் எட்டு மைல்கள் நடக்க வேண்டும். கால்கள் வீங்கிக் கொப்பளித்துவிட்டன. அவர் விண்டோஜன் வாங்கித்தந்தார். இரவு முழுக்கப் பூசினோம். மறுநாள் காலையில் வாழைச்சேனை நோக்கி நடந்தோம். கூட்டமாக வந்தபோதிருந்த தெம்பு மறைந்து விட, காத்தான்குடியிலும் ஏறாவூரிலும் நண்பர்கள் உதிர்ந்துவிட, எஞ்சியவர்கள் அச்சம் மேவிய மனங்களைப் பொத்தியபடி நடந்தோம். காத்தான்குடியில் நரவேட்டையாடிய புலிகள் ஓரிரு தினங்கள் கழித்து ஏறாவூரிலும் சுட்டும் வெட்டியும் வேட்டையாடினர். நண்பர் சபீக் குடும்பத்தில் எல்லோரையும் இழந்திருந்தார்.

அவனும் அவனது சகோதரர் அமீனுத்தீன் (முன்னால் அரசியல் துறை விரிவுரையாளர் பேராதனைப் பல்கலைக்கழகம்) அவரும்தான் தப்பிப்பிழைத்ததாக கேள்வியுற்றேன். நண்பர் அதன்பின் ஆமியில் இணைந்து புலிகளை அழிக்கத் திடசங்கற்பம் பூண்டு புறப்பட்டுச்சென்றார். இப்படிக் கல்வியை இடைநடுவில் முடித்துக்கொண்டவர்கள் பலர். ஜாபிரின் இழப்புகள் அவனையும் கல்லூரியை விட்டு நிறுத்தியது. நண்பர் ஜாபிரை பிற்காலங்களில் கொழும்பில் சந்தித்தேன். அங்கேயே திருமணம் முடித்துள்ளதாகச் சொன்னார்.

வழியில் மனிதர்களின் நடமாட்டம் அவ்வளவாக இல்லை. கும்புறுமூலைச் சந்தியில் மறு ஆபத்து காத்திருந்தது. வழிநெடுகிலும் இராணுவம் துப்பாக்கியுடன் நின்றிருந்தாலும் இளவட்டங்களான எங்களின்மேல் கரும்புள்ளியாய்; அவர்களின் பார்வை தொடர்ந்து வந்திருக்க வேண்டும். முகாம் அருகில் நெருங்குவதற்கு முன் இராணுவத்தினர் கத்திக்கொண்டு எமை நோக்கி ஓடிவந்தனர். ஓரடி முன்நகர்ந்தாலும் ரவை மழை பொழியக் காத்திருந்தது.

அசைவற்றுக் கால்கள் அப்படியே தரித்து நின்றன. வியர்வையில் உடல் தெப்பமாயிருந்தது. மரணத்தின் தப்பிக்க முடியா சுருக்குக்கயிறு எங்களின் தலைக்கு மேல் தொங்கியது. கைகளை உயர்த்தும்படி அங்கிருந்து கத்தினார்கள்.

27

ஒருவர் மட்டும் வரும்படி சைகையில் காட்டினார்கள். நான்தான் சென்றேன். பயணப் பையை வைத்து விட்டு வரும்படி கத்தினான். கைகளை உயர்த்தும்படி மற்றொருவன் கூச்சலிட்டான். கைகளை உயரே தூக்கியபடி இராணுவ முகாம் அண்டையில் சென்றேன்.

துருவித்துருவி விசாரித்துவிட்டு அலசிஅலசிச் சோதனையிட்ட பின்பு மற்றவர்களையும் கைகளை உயர்த்தியபடி வரும்படி சைகை காட்டினார்கள். எல்லோரையும் சோதித்துவிட்டு 'ம்... ஏறுங்கள் ஜீப்பில்' என்றார்கள். மகிழ்ச்சியாக இருந்தது. இன்னும் ஆறு மைல்கள் நடக்க வேண்டும் என்ற மனக்கஷ்டம் மறந்துபோனது. ஆர்வமுடன் பாய்ந்து ஏறினோம். இராணுவத்தினர் திறந்த ஜீப்பில் ஏற்றிக்கொண்டு வாழைச்சேனைக்கு வந்தார்கள்.

ஓட்டமாவடி பசாரில் சில கடைகளில் நிற்பாட்டி எங்களைத் தெரியுமாவென அடையாளம் கேட்டார்கள். ஓம் எங்கட ஊருப்பொடியன்கள் என்றவுடன், சந்தியில் இறக்கிவிட்டுப் போனார்கள். தெரியாது என்றால் இருக்கவே இருந்தது வெற்று ரயர்கள், போட்டு எரித்து விட்டுத்தான் மறுவேலை. ஏனெனில் அக்காலங்களில் புலிகள் முஸ்லிம்கள் போல் வேடமிட்டும் ஊருக்குள் நுழைந்து வேவு பார்த்துவந்தனர். இராணுவத்தினதும் புலனாய்வுப் பிரிவினதும் கண்களில் மண்ணைத்தூவி விட்டு அடிக்கடி வந்துபோவதால் தொப்பி போடுவதும் முஸ்லிம்கள் தம் அடையாளங்களைப் பின்பற்றுவதும் பெரும் சவாலாய் இருந்தது. ஜீப்பில் பாய்ந்தேறிய மகிழ்ச்சியை இந்த விசாரணைகள் துடைத்தெறிந்தன.

வீட்டுக்கு வந்தவுடன் மரணத்திற்குத் தப்பி வந்தவர்கள் என்ற பிரமிப்புடன் ஊரே திரண்டுவந்து வியப்புடனும் ஆறுதலுடனும் பார்த்துவிட்டுச் சென்றது.

மரத்தால் விழுந்தவனை மாடு முட்டியது போல், அன்று மாலையே அபத்தமான செய்தி காட்டுத்தீ போல் பரவத் தொடங்கியது. முள்ளிவெட்டவான் கடைக்கு முன்னுள்ள புளியமரத்தில். வாப்பாவும் தம்பியும் தொங்குவதாகவும் முஸ்லிம் ஆக்கள் காட்டுப்பாதையால் தப்பிப் புனானைக்கு வந்து கொண்டிருப்பதாகவும் அந்த வதந்தீ வேகமெடுத்தது

இந்தக் காலம் புலிகள் முஸ்லிம்களின் இரத்தத்தால் யாகம் நடாத்திய துர்க்காலம். உறவினர்கள், ஊர் மக்கள் எனப் பெரும்படை பொலிஸ் இராணுவத்தின் உதவியுடன் முள்ளிவெட்டவானுக்குப் புறப்பட ஆயத்தமானோம்.

வாப்பாவுக்கும் தம்பிக்கும் அப்படியொன்றும் நடக்கவில்லை என்றும் காட்டுவழியால் தப்பி வருகிறார்கள் என்றும் பிந்திய செய்தி கிடைத்து. அலைந்துழல்தலின் முதல்படி இங்கிருந்துதான் ஆரம்பமாயிற்று.

நாங்கள் நேசித்த தோட்டத்தை, கடையை, கதைக் களமான புளியமரத்தை, ஆடுகளை, மாடுகளை, நீந்தி விளையாடிய ஆற்றை, வயல் வெளியை, ஓடையை, கோல்டன் மீன் நீந்தும் குளத்தை, திராய்ச் செடி நோண்டும் வயல்வெளியை பனைமரங்களை, காடுகளை, தலை தாழ்த்தி மேயும் கோழிகளை, அவ்வப்போது எட்டிப்பார்க்கும் பாம்புகளை, முற்றத்தில் கூட்டமாய் இறங்கி மேயும் மணிப்புறாக்களை இனிய புல்வெளிக் கனவுகளை இழந்து வெறும் கோதுகளாகத் திரும்பினோம்.

காடு என்றவுடன் மற்றுமொரு நினைவையும் மனம் உசுப்பிப் பார்க்கிறது.

காடுகள் மனிதனுக்குத் தரும் படிப்பினைகள் அனந்தம். அற்புதமான, ஆனால் அழகான அனுபங்களைக் காடுகள் நமக்குத் தருகின்றன. அப்படியொரு இனிமையான நினைவுகளை யுத்தம் நின்றவுடன் காடு எனக்கு வழங்கியது.

2006ஆம் ஆண்டு என நினைக்கிறேன். கொழும்பில் வேலை பார்த்தபோது எனது நிறுவனத்தால் சுற்றுலா செல்ல ஏற்பாடுகள் நடந்தேறின. நுவரெலியா, ஹம்பாந்தோட்ட, பொத்துவில், பாசிக்குடா, காலி என இடங்களைத் தெரிவுசெய்தபோது எல்லாமே

சென்ற இடங்கள் என ஓரங்கட்டப்பட்டன. ஈற்றில் புத்தளம் தெரிவு செய்யப்பட்டது. மூன்றுநாள் பயணம். புத்தளத்திலிருந்து எழுவான்குளத்திற்குச் சென்றோம். எழுவான்குளம் வரை எமது வாகனத்தில் செல்வதென்றும் அங்கிருந்து காட்டுவழிப்பயணத்திற்கு இரண்டு ட்ரக்டர்களில் செல்வதென்றும் தீர்மானித்தபடி எழுவான்குள நண்பர் ட்ரக்டர்களுடன் தயாராக இருந்தார். ஆற்றுக்குப்போக எட்டு மைல்கள் இருந்தன. பொருட்கள் ஏற்றப்பட்ட ட்ரக்டர் காட்டுப்பாதையால் உறுமியபடி சென்றது. யானைகளின் விட்டைகளும் காலடித்தடங்களும் அவ்வப்போது கண்களில் பட்டன. வனத்தின் அடர்த்தி நீக்கமற எங்கும் நிறைந்திருந்தது. கண்ணுக்கெட்டிய தூரம் வரை இறுசல் காடே எம்மை அழைத்துச்சென்றது. இப்படியொரு வனத்திற்குள் வருவது இதுதான் முதற்தடைவ. இதற்கு முன்பு சென்ற காடுகளில் இவ்வளவு அடர்த்தியும் விசாலமுமில்லை. சூரியக்கண்களால் பூமியைப் பார்க்கவே முடியாதபடி சில இடங்களில் மரங்கள் பின்னியபடி காட்சியளித்தன. புகைப்படங்கள் எடுத்துக்கொண்டோம்.

28

நடுக்காட்டில் திடீரென ஒரு ட்ரக்டர் சேற்றில் புதையுண்டது. இறங்கித் தள்ளிப் பார்த்தோம். முடியவில்லை. பெட்டியின் இரு டயரும் ட்ரக்டரின் முன் டயரும் முழுமையாகச் சேற்றினுள் அமிழ்ந்திருந்தன. அச்சம் தொற்றிக்கொண்டது. யானைகள் வந்துபோன கால் தடங்கள் சேற்றில் புதையுண்டிருந்தன. இராட்சத இலைகளாக அதன் காலடிகள் பூமியில் அச்சடித்துக் காயவைத்தது போல் எங்கும் நிறைந்திருந்தன. திரும்பிச்செல்லவும் இயலாத தூரத்திற்கு வந்துவிட்டிருந்தோம். ரைவர் மிகவும் சாமர்த்தியமானவர். புதையுண்ட ரயரை வெளியே எடுக்க மிகுந்த பிரயத்தனமெடுத்தார். குழுப்பணி செய்யப் பயிற்றுவிக்கப்பட்ட நாம் காடுகளில் அலைந்து நாரும்கம்புகளும் வெட்டிவந்து மெசின் ரயரை மேலெழுப்பிப் பயணத்தைத் தொடர்ந்தோம். வில்பத்துக்காட்டின் தொடர்ச்சி என்றார்கள் புத்தள நண்பர்கள். புத்தளத்தில் ஆற்றுக்குப்போவதற்கு ஒரு நாளை ஒதுக்கிவிடுவார்களாம். உடுத்திருக்கும் ஒரு சாரம் மட்டும்தான். காலையிலிருந்து மாலைவரை நீருக்குள்ளேயே நேரம் கழியும். சாப்பிடுவதும் நீருக்குள் அமர்ந்தபடி. ஈரச்சாரனுடன் கரையில் வந்து தொழுது விட்டு மறுபடியும் நீர்க்காகம் போல் தண்ணீரில் குதித்து விடுவார்கள். ஆற்றைக் கண்டவுடன் எங்களுக்கும் அப்படித்தான் தோன்றியது.

காடு பெருகியபடி சென்றது. அதன் போக்கில் நாங்களும் அள்ளுண்டு சென்றோம். ஈற்றில் அழகான ஆற்றோரம இறக்கிவிட்டுக் காடு அவ்விடத்திலேயே அமர்ந்துகொண்டது.

மாலை வெய்யிலில் ஆற்றின் முதுகில் சிற்றலைகள் ஆரோகணித்துச் செல்லும் அழகே தனிஅழகு. ஆற்றின் மறுகரையிலும் அடர்ந்த வனாந்திரம் விரிந்து கிடந்தது. இருமருங்கிலும் இராட்சத மரங்கள். கூடாரங்களை அடித்துப்

பொருட்களை இறக்கி வைத்தோம். மாலைக்குள் ஒரு குளியல் போட்டு ஆளுக்கொரு வேலையாக இழுத்துப்போட்டுச் சமையல் வேலைகளில் ஈடுபட்டோம். விறகு பொறுக்கச் சிலர் சென்றனர். விறகுக்கா பஞ்சம். நெருங்கிவரும் இரவைச் சமாளிக்கவும் அது கொண்டுவரும் குளிரை எதிர்க்கவும் விறகு தேவை. குவியலாகக் கொண்டுவந்து குவித்தார்கள். பனி மழை பொழியத் தொடங்கியவுடன் தீக்கங்குகள் மேலெழுந்து அதை உலரவைத்தன. கூடாரத்தைச்சூழவும் நடுக்காட்டில் அமர்ந்தபடி நள்ளிரவு வரை கதையளந்தோம். ஆற்றில் நீண்டநேரம் விளையாடியதால் களைப்பு மேலிட்டது. அடிக்கடி பிளேன்றீ தேவைப்பட்டது. இந்தக் காலச் சுற்றுலாக்களில் மதுவும் இசையும் வாஜிபு என்பது போல் நம்மவர்கள் மாற்றிவிட்டார்கள்.

ஆடம்பரமில்லாமல் இறைவனின் அற்புதங்களை அனுபவிக்கவும் இரசிக்கவும் இயலாத நவநாகரீக மோகத்தினுள் விழுந்து இறங்கிக்கொண்டிருக்கின்றோம். பார்ப்பதற்கும் அனுபவிப்பதற்கும் பூமியில் இயற்கை கொட்டிக்கிடக்கின்றது. வீதிகளில் கும்மாளமிட்டு ஆடிப்பாடித் தெருக்களில் குடித்து மிருகங்களைப்போல் அலைவதைத்தான் நாகரிகம் என்கிறார்கள். சுற்றுலா என்கிறார்கள். காலிமுகத்திடல் குடைக்காட்சிகளும் காலி வீதியின் கடற்கரைக் காட்சிகளும் ஹம்பாந்தோட்டை வரையிலான இறுசல் காடுகளின் நிழல்காடுகளில் அரங்கேறும் அசிங்கங்களும் படைத்தவனை மறந்த சுற்றுலாக்களாக மாறிவிட்டதை நமக்குக் காட்டுகின்றன.

தூங்கிய சற்றைக்கெல்லாம் காவலுக்கு நின்றவர்கள் அலறியபடி வந்தார்கள். நெருப்புக்கங்குகள் ஓவொன்று எழுந்துநின்றன. என்னவென்று எழுந்துவந்தோம். ஆற்றின் மறுகரையில் யானையின் பிளிறல். செவிட்டில் அறைந்தாற்போல் விழுந்தது. மங்கிய நிலவொளியில் கருப்பனின் அசைவு தெரிந்தது. அமைதியான அதன் வாழிடத்தைக் குலைக்கவந்த குளவிக்கூட்டமாய் எங்களை அது பார்த்திருக்க வேண்டும். நாங்கள் என்ன சும்மாவா இருந்தோம்? பதினைந்து இள இரத்தங்களின் கொண்டாட்டக் கூச்சலில் அமைதியின் இப்பிடமான வனத்தின் அவஸ்தை யானையின் உருவில் வந்து நின்றது. காடே அதிரும்படி பிளிறியது. மரங்களைச் சகட்டு மேனிக்கு உரசியபடி சன்னதம் ஆடும் அதன் மூர்க்கம் எங்களைக் கிலிகொள்ளச் செய்தது. எரியும் நெருப்புக்கட்டைகளைத் தூக்கிக் காட்டி போவென்று ஒருவர் சைக்கினை செய்தார். யானைக்குத் தீ என்றால் பயம். புத்தளம் நண்பரிடம் ஒரு துவக்கும் இருந்தது. ஒன்றுக்கும் பயப்பட வேண்டாம் என்றார். வனவிலங்குத் திணைக்களத்தின்

பாதுகாவலர் அவர். யானைக்கும் எமக்குமிடையே தடையாக இருப்பது ஆறு மட்டும்தான், அது தன்பாட்டில் அமைதியாக ஓடிக்கொண்டிருந்தது.

கூடாரத்திற்குள் சிலர் நடுங்கியபடி ஒடுங்கிக்கிடந்தனர். தொடை நடுக்கம் என்பார்களே அதை அன்றுதான் அனுபவித்துப் பார்த்தோம். கூடாரத்தைச் சுற்றிலும் நெருப்பு அரணாகப் பச்சை விறகுகள் எரிந்தன. யானையின் கோபம் தணிவதாக இல்லை. அவ்வப்போது அதன் எதிர்ப்பை மறுமுனையில் நின்றபடி வெளிப்படுத்தியது. அடர்ந்த வனத்தின் கிளைகள் மூர்க்கமாக ஆடியதை நிலவொளியில் பார்த்தபடி நின்றிருந்தோம். மனதை விட்டும் அகலாத ரம்யமான காட்சி அது. அமைதியாக ஓடும் பிரமாண்டமான ஆறு. அதன் மறுகரையில் சன்னதம் ஆடும் யானைக்கூட்டம். குளிர்ச்சியான நிலாக்கீற்றின் மினுக்கம் ஆற்றின் முதுகில் ஜிகினா காட்டியபடி மிக இளமையான காற்று. அச்சத்திலும் மலைக்கவைத்த இறைவனின் விந்தையான படைப்பின் இரகசியம் என்னை மெய்மறக்கச் செய்த தருணங்களில் இதுவும் ஒன்று. மறுநாள் பொழுது புலரும்வரை தூங்கவில்லை. அறுப்பதற்குக் கொண்டுவந்த ஆடு மட்டும் எந்தக்கவலையுமின்றி ஆற்றோரம் அசைபோட்டபடி நின்றிருந்தது.

29

அண்மைக் காலத்திலும் காட்டில் தங்கியது நினைவில் நிற்கிறது. அது காஞ்சிரங்காடு. மட்டக்களப்பு மாவட்டத்தில் புலிபாய்ந்த கல் வீதியில் இருபது மைல்களாவது பயணிக்க வேண்டும். முன்னர் புலிகளின் தனி இராச்சியமாக இருந்த பூமி; முஸ்லிம்களின் பல்லாயிரக்கணக்கான வயல்நிலங்கள் இங்குதான் உண்டு.

இருபது வருடமாக இந்த வயல்களில் விதை விதைத்து அறுவடை செய்து அனுபவித்த புலிகளும் அவர்களின் அடிவருடிகளும் கடைசி வரைக்கும் முஸ்லிம்களுக்குக் குத்தகை கொடுக்காமலேயே செத்து மடிந்தனர். இப்போது அதைவிடவும் கொடுமை. ஆதிஅந்தமாய் காடுவெட்டி வயல் செய்துவந்த அந்த மக்களின் வயல்களுக்குச் சட்டப்படி 'பேர்மிட்' தரமுடியாது என்று மிரட்டுகின்றார்கள். இருபது வருடம் 'ஓசியில்' வயல் செய்த கூட்டத்திற்கு அதனைச் சூறையாட வேண்டும் என்ற பேராசை வந்துவிட்டது. இவர்களுக்குச் சில அதிகாரிகளின் பேருதவித் துணை உண்டு.

உரம் எடுப்பதற்கும் வயல் செய்கை பண்ணுவதற்கும் நாய் ஓட்டம் ஓட வேண்டியுள்ளது. தங்களது பூர்வீக நிலன்களைப் பாதுகாக்க இன்று பெரும் போராட்டமொன்று மௌனமாக அரங்கேறியுள்ளதை அறிந்தவர் அறிவர். மாட்டுப் பட்டிகளும் அனந்தம். முன்பு அங்கிருந்த மாடுகளை விட்டுவிட்டுத்தான் ஓடிவந்தனர். அதையெல்லாம் தமிழீழம் கேட்டுத் துவக்குத் தூக்கியவர்கள் எடுத்துக்கொண்டார்கள். ஆட்டுப்பட்டிகள், கோழிப் பண்ணைகள் என ஏகப்பட்ட கால்நடைகளை அபகரித்துக்கொண்டுதான் விரட்டினார்கள்.

சுற்றிவர ஆறும் வயலும் சார்ந்த ரம்யமான காடு. சைக்கிள் செல்ல முடியாத இடம்வரை சைக்கிளில்

சென்றோம். ஒரு புளியமரத்தடியில் சைக்கிள்களைப் போட்டு விட்டுக் கால்நடையாக நடக்கத்தொடங்கிய போதுதான் தூரம் தெரிந்தது. தூரத்தில் காடு எம்மை இரு கரம் விரித்து அழைப்பதுபோன்ற உணர்வு. நடக்க நடக்க வயல்வெளிகள் பெருகிச்செல்ல காடு பின்நோக்கி ஓடிப்போனது. கையில் பொதியுடன் இரண்டு மைல்கள் நடப்பதென்பது மகா கொடுமை. அதுவும் இரவில் தங்கியிருந்து வேட்டைக்குப்போகவென்று புறப்பட இருந்தோம். யானைக்கூட்டம் பற்றி அழைத்துப்போன நண்பர் எதுவும் சொல்லவில்லை. நாங்களும் புறப்படும் அவசரத்தில் அதுபற்றிக் கேட்கவில்லை.

இரவு உணவுக்கு முயல்கறி சமைக்க முடியுமா என்பதிலேயே குறியாக இருந்தோம். வயற்காடுகளில் கதைத்துச்சிரித்துக் கும்மாளமிட்டபடி நடந்தோம். ஈற்றில் பாதுகாப்பற்ற ஒரு வாடியில் கொண்டுபோய் விட்டார்கள். அப்போது நேரம் மாலை ஐந்தரை மணி இருக்கும். சூரியன் சடுதியாக மேற்கு வானின் அடிவாரத்தில் சரிந்துகொண்டிருந்தான். கால்கள் வலியெடுத்தன. காட்டிற்குள் செல்லும் எண்ணம் ஈடேறவில்லை. தெரியாத்தனமாக ஆர்வக்கோளாறினால் நிலவு காலத்தில் வந்திருக்கின்றோம். ஒரு உடும்பைத்தானும் பிடிக்க முடியாத காலம். அந்த வாடியில் சமைத்துச் சாப்பிட்டவுடன், நண்பர் ஒரு குண்டைத் தூக்கிப்போட்டார். நாம தங்கியிருக்கிற வாடியிலிதான் போன மாசம் ஒருவர யான அடிச்ச. ஒரு ஆள் மௌத்து மத்தவர்ற கால் உடைஞ்சிட்டு. ஏனென்றா அவர் செத்த மாதிரி படுத்திருக்கிறார். ஊரில் பரபரப்பாக பேசப்பட்ட விடயம். அது நிகழ்ந்த களத்தில், பொறியில் அகப்பட்டது போல் நிற்பது பெரும் அதிர்ச்சியாக இருந்தது. உடைந்த காலுடன் வீட்டில் படுத்தவரை நான் பார்த்துவிட்டு வந்திருந்தேன். யானை எப்படி வந்தது, அதன் மூர்க்கம், நெல் மூட்டைகளை அது உறிஞ்சிக்குடித்த இலாவகம் உள்ளிட்ட எல்லாவற்றையும் அவர் ஒரு திகில் படம் பார்ப்பதைப்போலச் சொல்லி முடித்தபோது அது பெரிதாக என்னில் தாக்கம் செலுத்தவில்லை. முகம் குப்புறப்படுத்திருந்த அவரைக் காப்பாற்றியது அந்த நெல் மூட்டைதான் என்றார்.

இடுப்பு கழன்றுபோனது. வயல் அறுவடைக்காலம் என்பதால் தூரத்தில் வாடிகளில் லாந்தர் விளக்குகளில் மினுக்கம் தெரிந்தது. நுளம்புகள் புழுதியைப்போல் வந்து அப்பிக்கிடந்தன. சித்தாலேப தைலத்தை கால் முழுக்கப் பூசிக்கொண்டு உறவுக்காரர் சொன்ன திகில் படத்தின் காட்சிகள் அரங்கேறுவதான பிரேமை என்னைத் தொற்றிக்கொள்ள கால்களுக்குள் தலையை புதைத்தபடி இரவைக் கழித்தேன்.

இடைப்பட்ட பகுதியில் கும்மிருட்டு யானை அருகில்வந்து ஸலாம் சொன்னால்தான் தெரியும். யானைவரும் வழியில் வயற்காரர்கள் காவல் நின்றார்கள். விடியவிடிய நெஞ்சைப் பிடித்தபடி அந்த வாடிக்குள் குந்தியிருந்தோம். சிலர் முயல் வேட்டைக்குப்போய் ஈற்றில் அரைக்கிலோ பெறுமதியான முயலொன்றுடன் வந்தார்கள். காலையில் ஆற்றுக்குப்போய் ஒரு குளியல் போட்டோம். முன்பு குளித்த ஏனைய ஆறுகள் போல் ரசித்துக் குளிக்க முடியாத நீரோட்டம். என்றாலும் பகற்பொழுதுவரை நீர் யானைகளைப்போல் நீந்திக்களைத்து கரையில் படுத்து, மறுபடியும் ஆற்றில் குதித்து, தூண்டிலில் மீன்பிடித்து காட்டை அதிர வைத்தோம். மாலையானதும் வரிந்து கட்டிக்கொண்டு காட்டைவிட்டுக் கிளம்பிவிட்டோம்.

காடுகள் திகிலையும் ஆச்சரியத்தையும் மரணவலியையும் பாதுகாப்பையும் தந்தன என்பதை நினைக்கையில் எவ்வளவு ஆச்சரியமாகவும் அதிசயமாகவும் உள்ளது.

30

கடந்த பத்திகளில் ஒரு வரலாற்றுப்பதிவு போல் நினைவுகளைத் தொகுத்திருந்தேன். நினைவுத் தடங்களில் அவ்வப்போது விடுபட்டுப்போன சில குறிப்புகளைச் சேர்க்கமுடியவில்லை. சில நினைவுகள் என் வாழ்க்கையின் முக்கிய பதிவுகளாகியுள்ளன.

சம்பவங்கள் நடைபெற்ற இடங்களைச் சில நேரங்களில் அடிக்கடி கடக்க வேண்டியிருக்கும். அப்போது கடந்த காலங்களின் நிழல்கள் என்னைப் பின்தொடர்வதை உணர்கின்றேன். நண்பர்களுடன் அவற்றினைப் பகிரும்போது வலியும் சமயங்களில் சுகமும் மேவுகின்றது.

காத்தான்குடிக்குச் செல்லும்போது மஞ்சந் தொடுவாய் பள்ளிவாயலில் சுடப்பட்டுக்கிடந்த சுகைப் ஹாபிழும், ஏறாவூருக்கு செல்லும்போது நண்பர் ஜாபிரும், மருதமுனைக்குச் செல்லும்போது அடைக்கலம் தந்த நினைவுகளும் பல்கும்புறவில் அந்த கருப்புநாய், கல்கமுவியில் குளித்து முங்கிய தாமரைக்குளம், இக்கரிகொல்லாவயில் என்னை நோக்கிவந்த அசாவும்* என ஒவ்வொரு கிராமங்களிலும் ஒரு நினைவுத்தடம் அழியாமல் நிற்கிறது.

அவ்வாறே தேற்றாத்தீவும். அண்மையில் தேற்றாத் தீவுக்குச் சென்றிருந்தேன். 91இல் அடைக்கலம் தந்த அதே சேர்ச்சுக்கு முன் நண்பர் சக்கரவர்த்தியின் வீடு. அவர் அப்பாவின் இறுதிச்சடங்கில் கலந்து கொள்ளவென கனடாவிலிருந்து வந்திருந்தார்.

அவர் வருகையைக் கேள்வியுற்று நானும் எஸ்.எல்.எம். ஹனீபாவும் ஒரு மாலைப்பொழுதில்

---

* வெள்ளிக்கிழமை பிரசங்கத்தின்போது மௌலவி (முஸ்லிம் மத குரு) கையில் பிடித்திருக்கும் ஒரு தடி

அங்கு சென்றோம். ஒளி குடித்துக் களைத்திருந்த கருக்கலில் அவர் வாசலில் நின்றோம். சக்கரவர்த்தி 90களில் எனக்கு அறிமுகமான எழுத்தாளர். நெஞ்சுரம் மிக்கவர். புலிகளினால் வலுக்கட்டாயமாகச் சேர்க்கப்பட்டுப் பயற்சியளிக்கப்பட்ட முதல் குழந்தைப்போராளி. பின்பு புலிகளுக்கெதிராகத் தன் பேனாவால் போராடியவர்.

பாசிசத்திற்கு எப்போதும் தலைவணங்காத அவரின் எழுத்து அவருடன் என்னை நெருக்கமாக்கியது. 90களில் ஆரம்பித்த எழுத்தின் வழி உறவு. 2012 நவம்பர் மாதம் 8ஆம் திகதி மாலை அவரை சந்திக்கும் முதல் சந்திப்பு வரை எதுவும் பேசிக்கொள்ளாத ஆத்மார்த்த நட்பு. பார்த்திராத நேசம்.

மிக எளிமையான மனிதர். பந்தா இல்லாத பாசமான குடும்பம். மதுரைக்காரியைத் திருமணம் முடித்து இரு பிள்ளைகள். ஒரு மகள், மகன். மகள் கனடாவில் என்ன படிக்கிறா என்றேன். ஆமிக்கு என்றார். எஸ்.எல்.எம்மும் நானும் ஏக காலத்தில் அதிர்ச்சியில் என்னவென்று கத்தினோம்.

நீங்கள் நினைக்கும் ஆமியல்ல அங்கு. அங்கெல்லாம் ஆமியில் சேர்வதற்குக் கடும் பிரயத்தனம் எடுக்க வேண்டும். மனதாபிமானத்திற்கு பெயர்போன இடங்களில் கனடாவும் ஒன்று. அங்குள்ளவர்கள் ஆமியை ஒரு விஷேடக் கற்கையாகத் தெரிவுசெய்து கற்று அதில் பட்டம் பெறுகிறார்கள்.

சக்கரவர்த்தியின் 'எண்ட அல்லாஹ்!' என்ற கதைதான் அவரைப்பார்க்க இத்துனை தூரம் எம்மை அழைத்துவந்தது. 'யுத்தத்தின் இரண்டாம் பாகம்' தொகுதியிலுள்ள இந்தக் கதையை நிகர்த்த பல கதைகள் எழுதப்படாலும் சக்கரவர்த்தியின் கதையிலுள்ள உயிரோட்டமும் உயிர்க்கசிவும் வேறு கதைகளில் அவதானிக்கவில்லை. 'யுத்த சந்நியாசம் யுத்தத்தை தின்போம்' கவிதைத்தொகுதிகளிலும் அவரின் ஆக்ரோசத்தைத் தரிசிக்கலாம். 'இந்த உலகத்தில் அனைவரும் உன்னைச் சரி என்று சொன்னாலும் நான் மட்டும் தனித்து நின்று உன்னை எதிர்ப்பேன்' என்று பிரபாகரனைப் பார்த்துச் சவால்விட்ட சக்கரவர்த்தியின் ஓர்மைக்குமுன் நாம் எம்மாத்திரம்.

அதுவல்ல விடயம் சக்கரவர்த்தியின் மகள் ஆமிக்கு படிக்கின்றா என்றவுடன் நாங்கள் அதிர்ந்ததைக் கண்ட அங்கிருந்த ஒரு குரல் நாம நினைக்கிற, நமக்கு இங்கு பரிச்சயமான, காக்கி உடையைக் கண்டாலே குலை நடுங்குற

அல்லது குடியைக்கெடுக்குமோ என்று அஞ்சிக்கொண்டு பதுங்கி ஓடவைக்கும் ஆமியல்ல அவையள் என்றது. ஆம் ஆமி என்றால் நம்மிடம் இருக்கும் மனப்பதிவு வேறு.

யுத்த காலத்தில் கும்புறுமூளையில் பெரிய இராணுவ முகாம் இருந்தது. இந்த இராணுவ செக் பொயின்றில் வாகனத்தில் வருபவர்கள் இறங்கி பதிவு செய்துகொண்டுதான் போக வேண்டும். தனி வாகனம் என்றாலும் இதுதான் சட்டம். ஆண்கள், பெண்கள், குழந்தைகள், வயோதிபர்கள், நோயாளிகள் விதிவிலக்கல்ல. கர்ப்பிணிகளும் வாகனத்திலிருந்து இறங்கி நடந்துபோவதைப் பார்த்திருக்கிறேன்.

31

ரணிலும் பிரபாகரனும் சமாதானம் செய்து கொண்ட பின் வெடிச்சத்தங்கள் தற்காலிகமாக ஓய்ந்திருந்தன. இலங்கை ஆமியுடன்தான் சண்டையை நிறுத்தினார்கள் புலிகள். கிழக்கு முஸ்லிம்களோ இக்காலத்தில்தான் அதிகம் இழப்புகளை எதிர்கொண்டனர். ஆட்கடத்தல், கப்பம் பெறல், கொலை கொள்ளை எனப் புலிகள் சமாதானத்தை முஸ்லிம்களுக்கெதிரான போராயுத மாகப் பயன்படுத்திக்கொண்டனர்.

வாழைச்சேனையிலிருந்து கல்குடா, கல்மடு ஆகிய இடங்களுக்குச் சமையலுக்குச் சென்ற இரு முஸ்லிம்களை (ஹயாத்து முஹம்மது ஐனுதீன் முஹம்மட், ஹயாத்து முஹம்மது ஜனுஸ்தீன் ஆகிய இருவரும் ஒரே குடும்பத்தைச்சேர்ந்த சகோதரர்கள்) கொலைசெய்து (2002 ஜூன் 27ஆம் திகதி) ஜனாசாவை இராணுவம் பொலிசார் முன்னிலையில் எரித்துச் சாம்பராக்கிய நெஞ்சை உறையவைத்த கொடூர நிகழ்வும் இக்காலத்தில் தான் நடந்தது.

அன்றைய தினத்தில் மட்டும் 12 முஸ்லிம்கள் புலிகளின் கிரனைட் வீச்சினால் ஷஹீதாக்கப்பட்டு இலட்சக்கணக்கான சொத்துக்களும் வாழைச்சேனை பசாரும் எரித்துச் சாம்பராக்கப்பட்டன. அனைத்தை யும் இலங்கை இராணுவம் மௌனமாகப் பார்த்துக்கொண்டுதான் இருந்தது. ஏனெனில் பிரச்சினை இராணுவத்திற்கும் பொலிசுக்கும் அல்ல.முஸ்லிம்களுக்கும் புலிகளுக்கும்தான். எனவே முஸ்லிம்கள் வேட்டையாடப்பட்டபோது மௌன சாட்சிகளாக மனசாட்சியையும் மனிதத்தையும் குழி தோண்டிப் புதைத்துவிட்டு அரச படைகள் கைகட்டி நின்றன.

சமாதான காலத்தில் புலிகளிடம் இராணுவத்தினதும் பொலிசாரினதும் தன்மானங்கள் சரணடைந்து கிடந்தன. சமாதான காலத்தில்தான் என் சின்ன மகனுக்கு சுகயீனம் ஏற்பட்டது. விஷேட வைத்தியர்கள் எம் ஊருக்கு வருகை தராத காலம். ஏன், தனியார் மருத்துவமனைகளும் இல்லை. மருத்துவக்கல்லூரியில் படித்து முறைப்படி பட்டம்பெற்ற மருத்துவர்கள் இல்லாத காலம். ஆனானப்பட்ட வைத்தியர்களிடம் மருந்து கலக்கியவர்களெல்லாம் வைத்தியர்களாக வலம்வந்து மக்களைச் சுரண்டிப் பிழைத்த காலம்.

கிராமத்தில் ஒரு பழமொழி உண்டு "மோதின் முத்தி லெப்பை ஆகிய கதை" அப்படித்தான் ஓடலி முத்தி டொக்டர் ஆகியது. (ஓடலி என்பது மருந்து கலக்கும் நபரை குறிக்கும்.) இந்த முத்தின கேஸ்களிடமிருந்து தப்பிப்பிழைத்து மட்டக்களப்புக்குச் சென்று வைத்தியரிடத்தில் மகனைக் காட்டிவிட்டுத் திரும்பிக் கொண்டிருந்தேன். ஆட்டோவில்தான் கொண்டு சென்றோம். கும்புறுமூலை இராணுவச்சாவடியில் நிறுத்தினார்கள்.

மகன் எனது மடியில் தலைவைத்து மனைவியின் மடியில் கால்நீட்டி நல்ல தூக்கம். அருகில்வந்த இராணுவ வீரனுக்கு நாங்களும் புலிகள்தான் இறங்கி நடக்கச்சொன்னான். பிள்ளை நன்றாகத் தூங்குவதைப் பார்க்கின்றான். நான் மகனுக்குச் சுகமில்லை என்று சிங்களத்தில் கதைத்தேன். பரவாயில்லை இறங்கி நடவுங்கள் என்றான். கோபத்தை அடக்கிக்கொண்டு மகனை எழுப்பிப் பார்த்தேன்.

பிள்ளை அயர்ந்து தூங்கிக்கொண்டிருந்தான். அடிமனத்தில் அன்று நிலவிய வெறுப்பும் வேதனையும் சொல்லில் மாளாது. இராணுவம் என்பது மனிதாபிமானத்தினால் களிம்பு பூசப்படும் தருணத்தில் இது நினைவுத்தடத்தில் நின்று கைகட்டிச் சிரிக்கின்றது. இப்படிச் சித்திரவதைகளை அனுபவித்த வந்தாறுமூலை, கும்புறுமூலை இராணுவச்சாவடிகளைத் தற்போது கடந்து செல்லும்போது மனத்தில் அந்த வடுக்கள் வந்து முள்ளாகக் குத்துகின்றன.

32

தமிழீழம் கேட்கவில்லை, இராணுவத்தைத் தாக்கவில்லை, சிங்களவர்களைக் கிழங்கு சீவுவது போல் அரிந்து தள்ளவுமில்லை. அரச வளங்களுக்குக் குண்டுவைத்து தகர்க்கவில்லை. ஒன்றுமறியா அப்பாவிகளை ஷெல் அடித்துத் தகர்க்கவில்லை. ஆட்கடத்தி மௌன மணற்பரப்பில் கொன்று புதைக்கவுமில்லை. கப்பம் கேட்கவில்லை. வணக்க ஸ்தலங்களுக்குள் குண்டெறிந்து கடவுளரை அச்சப் படுத்தவில்லை. வலுக்கட்டாயமாக யாரையும் பிடித்துப்போய் பயிற்சியளித்துப் போருக்கு அனுப்ப வில்லை. என்றாலும் முஸ்லிம்களான எங்களையும் இராணுவம் பயங்கரவாதிகளாகத்தான் பார்த்தது.

சிங்களப்புலிகள் என சிங்களப்பத்திரிகைகள் எழுதுமளவிற்கு புலிகளிடம் ஊதியம் பெற்றுக்கொண்டு நாட்டைக் காட்டிக்கொடுத்த சில சிங்கள அரசாங்க ஊழியர்கள் போல் நாங்கள் செயற்படவுமில்லை.

இந்த நாட்டின் படைகளில் இணைந்து நாட்டிற் காக உயிர்நீத்தவர்கள். முஸ்லிம்கள் என்பதற்காகப் புலிகளால் தேடித்தேடிக் கொல்லப்பட்ட இராணுவ, பொலிஸ், ஊர் காவற்படையினரின் பட்டியல் எங்கள் வரலாற்றுப்பக்கங்களில் ஈரம் காயாமல் இன்னும் இருக்கின்றது.

எனினும் யுத்தகாலத்தில் இராணுவம் முஸ்லிம் களையும் பொதுஎதிரியைப் போல் நடத்தியது. இராணுவத்தின் கெடுபிடிகளுக்குத் தப்புவதற்கென்று பல யுக்திகள் கையாளப்பட்டன.

மன்னம்பிட்டியில் அன்று நிலவிய கெடுபிடிகள் போல் வேறு எங்குமில்லை. மன்னம்பிட்டியில் செக் பொயின்டில் நிற்கும் பொலிசாரை ஹிட்லரின் நாசிப்படைகளாகத்தான் மக்கள் பார்த்தனர். மனிதாபிமானமென்றால் கிலோ என்ன விலை

என்று கேட்குமளவிற்கு அந்த யாட் கொடூரமாக இருந்தது. கொழும்பில் வேலைப்பார்த்த பத்து வருடங்களும் கடுமையான யுத்தகாலம்.

வெள்ளி மாலை கொழும்பிலிருந்து புறப்பட்டு மறுநாள் காலைதான் வீடு வந்துசேர்வேன். இது திருமணத்திற்குப் பின், வாரம் ஒரு முறை நடைபெறும் அவஸ்தை. திருமணத்திற்கு முன் கொழும்பே கதி என்று கடத்தியிருக்கிறேன்.

வரும்போதும் போகும்போதும் செக் பொயின்ட்டுகள் முளைக்கும் இடம் தெரியாது. மன்னம்பிட்டியில் அர்த்த ஜாமத்தில் வந்து பஸ் நிற்கும். காலை ஆறு மணிக்கு மேல்தான் பயணம் அனுமதிக்கப்படும்.

ஒரு செக் பொயின்ட்டில் இறங்கி ஏறி அமர்வதற்கிடையில் வழியில் யாராவது கைநீட்டி நிற்பாட்டி இறங்கச் சொல்வார்கள். இதனால் சிலர் அமர்வதே இல்லை நின்றபடிதான் பயணிப்பார்கள். *EP* அல்லது 48 என்ற ரூட் நம்பரைப் பார்த்தாலே போதும் பிரபாகரனை உயிருடன் பிடித்துவிட்ட சந்தோஷம் காக்கிச்சட்டைகளுக்கு. அதிகாரமே இல்லாத ஊர் காவற்படையினரும் மட்டக்களப்பு பஸ்களை நிற்பாட்டி பயணிகளிடம் அடையாள அட்டை பார்க்கும் நிலை அன்றிருந்தது. இதைவிடக் கொடுமை ஒரு செக் பொயின்ட்டைக் கண்டுவிட்டால் பயணிகளை இம்சைப்படுத்தும் பஸ் நடத்துனர்களின் கெடுபிடி. சாமி வரம் கொடுத்தாலும் முட்டுக்கட்டையாக இருக்கும் பூசாரிபோல் பயணிகளை வசைபாடித் தள்ளி நெரித்து வரிசையில் கொண்டுவந்து நிற்பாட்டுவார்கள்.காரணம் அடுத்த செக் பொயின்டில் ஏனைய பஸ் வண்டிகளுக்கு முன் இடம்பிடிக்க வேண்டும் என்ற போட்டி மனப்பான்மைதான்.

மன்னம்பிட்டி பற்றிச் சொன்னேனில்லையா? இங்கு கெடுபிடிகள் அதிகம். ஆண்களும் பெண்களும் வெவ்வேறு வரிசையில் செல்ல வேண்டும். ஒருவர் அடையாள அட்டையை பரிசோதித்து பெரிய லெஜ்ஜரில் எழுதுவார். கொழும்பில் எங்கே தங்குவது? ஏன் போறது? எத்தின நாள் தங்குறது? கேள்விகள் முடிவின்றித் தொடரும்.

மற்றவர் உச்சிமுதல் உள்ளங்கால்வரை கைகளினால் தடவுவார். அப்படி தடவும்போது கூச்சம் அதிகம் உள்ளவர்கள் படும் அவஸ்தை மிக உச்சத்தில் இருக்கும்.

அதுவும் இடுப்பின் கீழ் கைகள் செல்லும்போது சில கூச்சமுள்ள பயணிகள் அசைந்து கூச்சத்தில் அங்குமிங்கும் நெளிந்து நாட்டியமாடுவார்கள். பின்னால் நிற்பவர்கள் சிரிக்கவும்

முடியாமல், மெல்லவும் முடியாமல் அடக்கிக்கொண்டு நிற்போம். சிரிப்பது தடைசெய்யப்பட்ட காலம்.

பிரயாணப்பைகள் கவிழ்த்துக்கொட்டப்படும். ஒவ்வொரு பொருட்களாக உதறிஉதறிக் குண்டுகளை தேடுவார்கள். உணவுப் பார்சல்களும் பிரிக்கப்படும். தயிர் சட்டிக்குள் ஈர்க்குவிட்டுக் கலக்குவார்கள். சீனியையும் கொட்டிவிட்டால் நன்றாக இருக்கும் ஸ்ரோவைப்போட்டுக் குடித்துவிடுவார்கள் என்பார்கள் சக பயணிகள்.

எங்கிருந்து வருகின்றாய், எங்கே வேலை பார்க்கின்றாய், என்ன வேலை, எங்கே தங்கியிருக்கின்றாய், தங்கியுள்ள இடத்தின் முகவரி. பத்து வருடங்களாக மன்னம்பிட்டியில் ஒப்புவித்த புனித வசனங்கள். அடையாள அட்டையைக் கையில் வைத்துக்கொண்டு பெயரென்ன என்கிறபோது வருகின்ற கோபம் இருக்கின்றதே அது அமெரிக்காவின் இரட்டைக்கோபுரத்திற்கு வைக்கப்பட்ட குண்டுகளுக்குச் சமன்.

33

எல்லாம் முடிந்தவுடன் இரண்டு நாய்கள் பஸ்சுக்குள் ஏறி மோப்பம்பிடித்து 'குண்டு இல்லை' என்று அறிக்கைவிடும். இதற்குள்ளும் சில சுவாரஸ்யங்கள் நடக்கும்.

இருக்கைக்கு மேலே உள்ள பொதிகளை இறக்கி 'செக்' பண்ணாமல் இருக்க பொலிசாரின் கைகளில் சில்லறைகள் திணிக்க வேண்டும். திணித்து விட்டால் வேலை இலகுவில் முடிந்துவிடும். இல்லையென்றால் இழுத்தடிப்பு. மன்னம்பிட்டியில் இறங்கி நடக்க இயலாதவர்கள் அக்காலத்தில் ஒரு யுக்தியைக் கையாண்டனர். கரணம் தப்பினால் மரணம் என்பதற்குச் சமன் இந்தத் தந்திரோபாயம். நீருக்குள் நெருப்புக்கொண்டு செல்வதில் நம்மவர்கள் கில்லாடிகள் அல்லவா?

கால்களுக்கு 'பெண்டேஜ்' துணியைச் சுற்றி விட்டு அதற்குமேல் 'பெட்டாடின்' மருந்தைத் தடவிவிடுவார்கள். எந்த 'செக்பொயின்று'களிலும் இறங்காமல் இருக்க இதுவொரு வழி. எப்பேர்ப்பட்ட செக்பொயின்றுகளுக்கும் டாட்டா காட்டிவிட்டு இருந்துவிடுவார்கள்.

கொழும்பிலிருந்து வரும்போது வெலிக்கந்தையில் ஒரு 'செக்பொயின்ற' சரியாக மூன்று மணியளவில் தூக்கக் கலக்கத்தில் இறங்கி நடக்க வேண்டும். ஆமி உள்ளுக்குள் ஏறும்போது சீட்டில் அமர்ந்திருக்கக்கூடாது. சிலர் தூங்குவது போல் நடித்துக்கொண்டிருப்பர். ஆமிக்கு நடிப்பும் தெரியும் நாடகமும் தெரியும். தோளில் தட்டி எழுப்பி 'பேக்க தூக்கிட்டு நடக்கிறது' என்பார்கள். சிலருக்கு உண்மையில் தூக்கம் மிகைத்திருக்கும் என்ன செய்ய யானைகள் நடாத்தும் போரில் இடையில் நசுபடும் பற்றைகளாக எமது நிலை.

'செக் பொயின்ற்' பக்கத்தில் விடியவிடிய 'லாந்தர்' விளக்கெரிய கடையொன்று திறந்து கிடக்கும். நாய்கள் முற்றத்தில் சுருண்டு படுத்திருக்கச் சுடு

தண்ணீர்ப்பானை வெளிச்சத்தில் முதலாளி அம்மாவின் தூக்கம் தெரியும். ஆச்சி 'பிளேன்றீ' என்றவுடன் ஆச்சியின் அகன்ற வாய் பிளந்து பெருத்த கொட்டாவி பறக்கும். பின்பு ஆவி பறக்கும் 'பிளேன்றீ' அர்த்த சாமத்தில் அமிர்தமாய் இருக்கும்.

மழைக்காலங்கள் அற்புதமானவை. அதுவும் 'செக் பொயின்ற்றை' அண்மிக்கும்போது ஓவென்று பெய்யும் மழையை அதிகம் ஆராதரித்திருந்தோம் அக்காலத்தில். இறங்கி நடக்கும் சிரமம் இல்லை.அவர்கள் ஏறிவந்து 'ஐடின்டி' பார்த்துக் கிண்டிக்கிளறி அனுப்புவார்கள்.

பெருத்த மழையாயின் ஆமி பஸ்ஸை நிறுத்தாது. பஸ்சிற்குள் பொடுபொடுத்த மழை பெய்யும். யுத்தத்தை வென்ற மனக்கிலேசம் ஏற்படும்.

குளிர்காலங்களில் முற்றத்தில் தீ வைத்திருப்பார்கள். எங்களுடைய பஸ் வரும்வரை அதைச்சுற்றி வளையமிட்டிருப்போம். சில நேரங்களில் தூக்க முடியாத பொதிகளைப் பஸ் இருக்கையில் பிரித்து வைத்துவிட்டுச் சிலர் வந்துவிடுவார்கள். ஆமிக்காரன் கிண்டிப்பார்த்துவிடுவான். எனினும் அனேகர் அப்படியில்லை உரியவர்களை வரச்சொல்லி அவர்களாவே கிண்டிக்காட்ட வேண்டும். உள்ளாடைகளைத் தூக்கிக்காட்டி அவசரமாகப் பேக்கினுள் திணிப்பதுதான் சங்கடமாய் இருக்கும். 'ட்ரவலின் பேக்கை' திறந்து காட்டும்போது மற்றவர்களின் பார்வை நமது பொதிக்குள் ஊடறுத்து நிற்கும். ஆமிக்காரரைவிட மோப்பமிடும் கழுகுக்கண்கள் நம்மவர்களுடையது.

நம்மிடம் என்னென்ன பொருட்கள் இருக்குது என்ற 'லிஸ்ட்டை' சிலர் ஒப்புவித்து விடுவதில் சமர்த்து. அடுத்தவர் விவகாரத்தில் அவ்வளவு கண்காணிப்பு. இந்தக் கெடுபிடியால் பயணங்கள் தாமதமடைவதுண்டு.

ஏக காலத்தில் நிறைய பஸ்கள் வந்து வரிசையில் நிற்கும். முதல் வந்த பஸ் சிலநேரம் கடைசியில் செல்வதற்கு காரணம் சிலரால் பஸ்ஸிலேயே விட்டு விட்டுப்போன பொதிகள்தான். 'ரைவரும்', நடத்துநரும் கர்புர்ரென்று கத்துவார்கள்.

'எல்லாரும் பேக்கை தூக்கிட்டு கெதியா வாங்கே, அடுத்த பஸ் வந்திட்டு.'

அதிலும் முண்டியடித்துக்கொண்டு பாய்ந்து செல்ல, சிலர் ஓட்டஓட்டமாய் ஓடுவர். வரிசையில் நின்று பிரித்துக்காட்டி முதல் ஏறி அவசரமாகப் போகத்தான் ஆசை. என்ன செய்ய மன்னம்பிட்டியில் விட வேண்டுமே! அதிலும் மகா கொடுமை வழி நெடுக ஓ வென்று பெய்யும் கனத்த மழை 'செக்பொயின்றி'ல் தூறல் போடுமே அந்த மன அவஸ்தையை எழுதுவதற்கு வார்த்தைகளே இல்லை!

34

கிழக்கு வெளுத்தபின் ஆமி வீதிக்கு இறங்கி குண்டு இருக்கிறதா என்று பரிசோதனை செய்த பின்புதான் பொதுமக்களைப் பயணிக்க அனுமதிப்பர். மக்களில் அவ்வவு அக்கறை. மன்னம்பிட்டி வீதியில் ஒரு மைல் தூரத்திற்கு வாகனங்கள் நிற்கும். 'பெட்சீட்டை' விரித்து தார் ரோட்டில் படுத்து உறங்குவோம். இது பல வருடங்கள் வாலாயப்பட்ட வாழ்க்கை ஆனது.

வெளிநாட்டிலிருந்து ஊர் திரும்புவர்களின் பொருட்களில்தான் பொலிசாரினதும் ஆமியினதும் கவனம் குவிந்திருக்கும். இதற்கென நம்மவர்கள் கொழும்பில் 'பேமன்'டில் 100 ரூபாய்க்கு 'குலோன்' வாங்கிக்கொண்டு வருவார்கள். மேலே ஏறிப் பெட்டியைப் பிரிக்கும்போது 'சேரி'ன் கையில் அந்த 'குளோனை' திணித்தால் போதும் 'இப்பதான் நாட்டுக்கு வாரது' என்று இளித்துவிட்டுப் பொதிகளைப் பிரிக்காமல் இறங்கி விடுவார்கள்.

எல்லோரும் இவ்வாறு செய்வதில்லை. என் பயணங்களில் இப்படிச் சிலரைப் பார்த்திருக் கின்றேன். 'செக் பொயின்று'களில் சிங்களச் சகோதரர்கள் இறங்காமல் இருப்பர். அவர்களை வலிந்து இறங்கும் படி கத்தமாட்டார்கள். இது இனக்குற்றம் ஆகிவிடும் என்ற பயம்.

ஓட்டமாவடியில் பஸ் ஏறிச் சரியாக நான்கு நிமிடங்களுக்கிடையில் ஓட்டமாவடிப் பாலம் வந்து விடும். அங்கு இறங்கிப் பொதிகளைப் பிரித்துக்காட்டி அடுக்கி வைத்துக்கொண்டு ஏறினால் புணானை, வெலிக்கந்தை, மன்னம்பிட்டி, பொலன்னறுவ, மின்னேரி, அலவ்வ நிட்டம்புவ, களனி, இது தவிர இடையில் ஏகப்பட்ட ஊர்களில் திடீர் செக்கிங்கள்; பயணங்கள் வெறுத்துப்போன காலமது.

இராணுவ, பொலிசாரின் கெடுபிடிகள் போதா தென்று எங்களூர் பஸ்களின் அட்டகாசங்கள்

தாங்க முடியாமலிருக்கும். சும்மா சொல்லக்கூடாது சில நல்ல விடயங்களையும் அந்த பஸ் பயணங்கள் கற்றுத்தந்தன.

பீடியும் சிகரெட் புகையும் எனக்கு எப்போதும் ஒவ்வாமைக் குரியன. 'அரை சொகுசு' என்ற பெயரில் ஓடும் எங்களூர் பஸ் வண்டிகளில் மிக நெருக்கமாக இருக்கைகளைப் போட்டிருப்பார்கள். நடமாடும் இடைவெளிகளில்கூட சிறிய ஸ்டூல்கள் நிறுத்தி வைக்கப்பட்டிருக்கும்.

சாய்வதற்கும் அங்குமிங்கும் நகர்வதற்கும் நினைத்துப் பார்க்கமுடியாமல் ஆட்டை விழுங்கிய மலைப்பாம்பென நாங்கள் ஒன்பது மணிநேரம் அல்லது அதற்கு மேலும் உட்கார்ந்து பயணிப்போம். கால்களுக்கிடையில் 'பென்சி அய்ட்டங்களும்' கனரக பார்சல்களும் கால்களை நீட்டவிடாமல் மலைபோல் கிடக்கும்.

சும்மா சொல்லக்கூடாது வெளிநாட்டு 'பெட்டி' கிடைத்து விட்டால் போதும் கண்டக்டருக்கும் ரைவருக்கும் அன்று பெருநாள்தான். ஒரு பெட்டியை கார்கோவுக்குப்போய் ஏற்றி வீட்டுவாசலுக்குச் சிரத்தையாகக் கொண்டுவந்து இறக்கி விடுவதற்கு ஆறு ஏழு ஆயிரங்கள்.

சில நேரங்களில் இதுவெல்லாம் முதலாளிகளின் வரவேட்டில் எழுதப்படாத சங்கதிகள். வெளிநாட்டிலிருந்து வரும் எங்களூர்ப் பெண்களின் அட்டகாசங்களைச் சகித்துக்கொண்டால் போதும். அல்லாஹ் மறுமையில் பொறுமையாளர்களுக்கு தலைவனாக்கி விடுவான்.

இதைவிடக் கொடுமை என்ன தெரியுமா, எங்கள் பஸ்களில் ஒலிபரப்பாகும் பாடல்கள். ஏறியவுடன் பைலாப்பாடல்கள். கேட்டுக்கேட்டுப் புளித்துப்போன தேவாவின் 'அய்தலக்காவை' எத்தனை வருடத்திற்குத்தான் கேட்பது.

'பொம்பளங்க காதலத்தான் நம்பி விடாதே . . .' ஒரே வகைப்பாடல்களும் பார்வைகளும் தொடர்ந்த வண்ணம் பஸ் ஓடிக்கொண்டே இருக்கும். இப்போது ஒரு சின்ன மாற்றம். செக்பொயின்ற் இல்லாத பயணம். சொகுசு பஸ் என்று பெயரளவில் இல்லாமல் நிஜமாகவே விண்ணைத்தொடும் அளவிற்குப் பிரம்மாண்ட குளு குளு பஸ்கள். ஏறி அமர்ந்தாலே அலுப்புத்தட்டாத சௌகரியங்கள். பாடல்களைப் பார்த்துக்கொண்டோ, அல்லது முழுநீள சினிமாக்களை ரசித்துக் கொண்டோ பயணம் செய்யும் வசதிகள். மனித மனங்களில் குடியிருக்கும் வக்கிரங்களைத் தவிர மற்றதெல்லாம் மாறிவிட்டன என்பது கசப்பான நிஜம்.

35

இப்படி பத்து வருடத்தைக் கொழும்புக்கும் ஊருக்குமாகக் கடத்தியிருக்கின்றேன் என்பதை நினைக்கும்போது ஆச்சரியமாக இருக்கிறது. சில நேரங்களில் பஸ் நடத்துனருக்கும் எமக்குமிடையே பிணக்குகள் ஏற்படுவதுண்டு.

இரண்டு நாட்களுக்கு முன் எங்களூர் பஸ் களில் ஆசனம் பதிவு செய்தாலும் இருக்கை தரமாட்டார்கள். அல்லது குறித்த இருக்கை கிடைக்காது. 'ஏஜென்சிப்பார்ட்டி' அல்லது 'பிரபல்யங்கள்' வந்துவிட்டால் நமக்கு பின் சீட் அவர்களுக்கு முன் சீட். அல்லது நடுவில் 'ஸ்டூலை' வைத்து இதில இருங்க என்பார்கள்.

கழுத்தும் முட்டுக்கால்களும் இடுப்பும் வலிக்கவலிக்க அமர்ந்துகொண்டு வர வேண்டும். போதாக்குறைக்கு நடத்துனரும் அவர் ஆத்ம நண்பர்களும் அடிக்கடி முன்னுக்கும் பின்னுக்கு மாகத் தாவித்தாவி வரும்போது நடுவில் அமர்ந் திருப்பவர்கள் எழுந்து நின்றால்தான் அவர்களால் தாவ முடியும்.

எங்களூர் பஸ்களில் அக்காலம் ஓர் இராணுவ ஆட்சியே நடைபெற்றுவந்தது. எதிர்த்து நின்றால் 'எல்லாரும் உங்களப்போல ஊருக்குப்போகத்தானே வேண்டும், நெருக்குப்படாமல் போறதென்றா தனி வேன் புடிச்சித்தான் போகனும்' என்று அடக்கி விடுவார்கள். ஓட்டுநரின் தோள்களைத்தவிர மற்ற எல்லா இடங்களிலும் பயணிகளைத் திணித்துக் கொண்டு பைலாப்பாடல்களுடன் பஸ்கள் ஓடித் தான் இருக்கின்றன.

சில நேரங்களில் நான் இறங்கி வேறு பஸ்சில் பயணம் செய்திருக்கின்றேன். அல்லது அன்று ஊருக்குப் போகாமலும் நின்றிருக்கின்றேன். (மீதிச் சில்லரைகளையும் சிலர் தருவதில்லை.) ஏறாவூர் காத்தான்குடி பஸ்களில் நாம் ஏறினாலும் அவர்களிடம் வந்து எங்களூர் ஆட்களை நீங்கள் ஏற்றக்கூடாது என்று சிலர் சண்டைக்கு நிற்பதுண்டு. ஊர் பஸ்சில் இடமில்லை என்பதற்காக ஊரைத் தாண்டிப்போகும் பஸ்சில் ஏறுவதற்கும் அக்காலம் அச்சமாக இருந்தது. நெருக்குவாரங்கள் எல்லாத் திக்கிலிருந்தும் இம்சைப்படுத்தின.

இப்படித்தான் ஒரு வெள்ளி மாலை ஊர் பஸ்சில் இருக்கை இல்லை. பக்கத்து ஊர் பஸ்சில் இருக்கை இருந்தது. போய் அமர்ந்துகொண்டேன். என்னுடன் வேறு சிலரும் வந்து சேர்ந்துகொண்டனர். சற்றைக்கெல்லாம் பாதாள உலக நாயகர்கள் வந்து ‘உங்கள இதில ஏறச்சொன்னது யாரென்றனர்?’ நாங்களாகவே ஏறினோம், மற்ற பஸ்சில் சீட் இல்ல என்றோம்.

இப்படித்தான் ஆமிக்கும் பாதாள உலகத்திற்கும் ஏன் பஸ் நடத்துநர்களின் கோபத்திற்கும் தப்பி ஊருக்கும் கொழும்புக்குமாக அலைந்தது நினைவில் நிற்கிறது.

இதில் இன்னுமொரு வேடிக்கை. மட்டக்களப்பு பாதையில் செல்லும் பஸ் வண்டிகளை ‘பார்க்கிங்’ பண்ணுவதற்குத் தூர இடங்களுக்குச் செல்ல வேண்டும் என்பதற்காக ‘சென்ரல் ரோட்டில்’தான் ‘பார்க்’ செய்வார்கள்.

சரியாக ஏழு மணிக்கெல்லாம் பொலிஸ் ஜீப் வந்துவிடும். நாங்கள் இருக்கைகளில் அமர்ந்து கொண்டிருப்போம். ரைவரிடம் காணிக்கை பெற்றுக் கொண்டு திரும்புவார்கள். பிறகு ‘பாதாள லோகம்’ வரும். அவர்களுக்கும் கொடுக்க வேண்டும்.

இல்லையென்றால் பஸ்ஸை இந்த இடத்தில் நிற்பாட்டி வைக்க முடியாது. அந்தக் காலத்தில் பஸ் வைத்திருந்தவர்கள் பல கெடுபிடிகளுக்கு முகம் கொடுத்தனர். பயணிகளான நாங்களும் இதில் சிக்குப்பட்டு மனஉழைச்சலுக்கு உள்ளானோம்.

93–95 காலப் பகுதிகளில் ஒரேயொரு ‘ரோசா பஸ்’ மட்டும் ஓடியது. சிறிய பஸ். அதில் ஒரு கிழமைக்கு முன் பதிவு செய்து பண்ணி காசு கொடுக்க வேண்டும். தவிர்க்க முடியாத காரணங்களால் குறித்த திகதியில் பயணம் செய்ய முடியாவிட்டால் கட்டிய பணத்தைத் திரும்பத் தரமாட்டார்கள்.

மனம் வெதும்பும். அந்த இருக்கையைக் காலியாகப் போகவும் விடமாட்டார்கள். ஆட்களை ஏற்றிக்கொண்டுதான் போவார்கள். இன்று நிதர்சனமாகப் பார்க்கின்றேன். அப்படிப் பகல் கொள்ளையடித்தவர்கள் காலியாகிப்போய் நிற்கிறார்கள். மனங்களில் வெதும்பிய அனல் அவர்கள் வாழ்வைச் சுட்டுப்போட்டுள்ளது.

இப்போது நினைத்துப் பார்க்கின்றேன். அவர்களும் இல்லை. இந்தப் பஸ்களும் காணாமல் போய்விட்டன. மக்களின் மனங்களில் நெருப்பைக் கொட்டியவர்கள் நீடித்து வாழ்வதில்லை என்பதற்குப் பிரபாகரனைப் போல் பலர் கண் சாட்சியாக உள்ளனர்.

36

இப்போது பாதைகளும் சரி பஸ்வண்டிகளும் சரி நினைத்துப் பார்க்கமுடியாத அபிவிருத்தி கண்டுள்ளன. பஸ்சில் ஏறியிருந்தால் விமானத்தில் இருப்பது போல் குலுங்காமல் நசியாமல் வியர்வை, தூசி எதுவுமின்றிப் போக வேண்டிய இடத்திற்குக் கொண்டு போய் சேர்த்துவிடுகிறது. அதிகரித்த வேகமும், முந்திச்செல்ல வேண்டும் என்ற வெறியும் இந்த பஸ்களில் இருப்பவர்களைச் சில நேரம் 'போக வேண்டிய இடத்திற்கு' வலுக்கட்டாயமாகக் கொண்டுபோய்ச் சேர்த்துவிடுவதும் உண்டு.

குளுகுளு குமர்ப் பிள்ளைகள் சாரதியின் கடைக்கண் பார்வைக்குத் தெரியுமாற்போல் இருந்துவிட்டால் போதும் நம்பாடு சம்பல்தான். வீதியில் பஸ் 'ஓடுகிறது' என்பதைவிட 'பறக்கிறது' என்பதுதான் நிஜம்.

காதுகளை மட்டும் துவம்சம் செய்த அந்தக் கால பஸ் வண்டிகள் போலன்றி, கண்களையும் துவம்சம் செய்யும் திரைப்படங்களைப் போட்டுக்கொண்டு இந்தக் கால பஸ்கள் பறக்கின்றன. இருக்கைக்கு முன் சாப்பிட, எழுத என சிறிய இழுப்பறைகள். குடி தண்ணீர் வைக்க வாகான துளையல்கள். 'ஹெட்போன்' அளவான வெளிச்சம். சௌகரியமான இருக்கைகள். தங்கு தடையற்ற பயணங்கள். இனிமையாக இருக்கின்றன.

ஆறு ஏழு மணித்தியாலயங்கள் இந்த முஸ்லிம்கள் இஸ்லாத்தை ஓடும் பஸ்சினுள் அழகாக சொல்லியிருந்தால் இத்துணை பிரச்சினைகள் வந்திருக்காது. எல்லோரும் ஒரே குட்டையில் ஊறிய மட்டைகளாக ஆகிவிட்டனர்.

இந்தப் பயணங்களில் இராணுவ 'செக் பொயின்றுகள்' வாழ்வில் பல முக்கிய படிப்பினை களைக் கற்றுத்தந்தன.

எதிரியின் மீதான அச்சத்தை மறைக்கவே அப்பாவிகள் துன்புறுத்தப்பட்டனர். ஓர் இனத்தின் மீதுள்ள வெறுப்பு அவர்களை இம்சைப்படுத்த இந்த ‘செக்பொயின்றுகள்’ உதவின. பிரபாகரன் முஸ்லிம்களைக் கொன்றழித்ததும், வாழ்விடங்களிலிருந்து கோவணத்துடன் விரட்டியடித்ததும் இந்தக் கோழைத்தனத்தினால்தான். கடவுளை வழிபடும் புனித ஸ்தலங்களில் புகுந்து நர வேட்டையாடியதும், அப்பாவிகளைக் குறிவைத்துத் தகர்த்ததும் இந்தக் கோழைத்தனத்தினால்தான்.

அவர் உலக மகா கோழை என்பதற்கு அவரின் சரணடைதலும் இழிவான சாவும் கண்கண்ட சாட்சி. ஒரு வீரன் எதிரியுடன் பொருதி மடிவதுதான் வீரத்திற்கு இலக்கணம். தப்பியோடும் போது சாவைத் தழுவுவது எவ்வளவு அவமானம்.

தற்போது மனநோய் பிடித்த ‘பொது பல சேனா’ கும்பல் முஸ்லிம்கள் மீது கட்டவிழ்த்து விட்டுள்ள ‘காவிப் பயங்கரவாத’த் திற்கும் இந்தக் கோழைத்தனம்தான் காரணம்.

பொருளாதார, பண்பாட்டு, ஆன்மீகரீதியாக முஸ்லிம்களை வெல்ல முடியாத கோழைகள் தன்னுடைய இயலாமையை மறைக்கவும், அதனை வஞ்சம் தீர்த்துக்கொள்ளவுமே முஸ்லிம்கள் மீது இனச்சுத்திகரிப்புப் போரை முடுக்கிவிட்டுள்ளனர்.

இவ்வளவு கெடுபிடிகளுக்கு மத்தியிலும் ஒரு நாள் விட்டு ஒரு நாள் கொழும்பிலும் ஏனைய இடங்களிலும் குண்டுகள் வெடித்துக்கொண்டுதான் இருந்தன.

புலிகள் சாதாரண பஸ்ஸில் குண்டு கொண்டு செல்ல அவர்களுக்கென்ன பைத்தியமா? பெரும் புள்ளிகளின் பாதுகாப்பில் அவர்கள் வளர்ந்து வந்தனர். புலனாய்வுப்பிரிவின் கண்களில் மண்ணைத் தூவிவிட்டு சாகசங்கள் செய்வதற்கு மேலிடத்திலிருந்து சில சலுகைககள் அவர்களுக்குக் கிடைத்தன.

சலுகைகள் வழங்கியவர்கள் இந்த நாட்டைப் பெருந்தொகைப் பணத்திற்குக் காட்டிக்கொடுத்தார்கள்.அவர்களில் சிலர் இந்த நாட்டின் பாதுகாப்புப்படைகளின் அதிகாரிகளாகவும் வீரர்களாகவும் இருந்தது அதிர்ச்சியாக இருந்தது. எல்லாத் தரப்பிலிருந்தும் காட்டிக்கொடுப்புக்கள், துரோகங்கள் சர்வசாதாரணமாக அரங்கேறிக்கொண்டிருந்த காலம்.

இக்காலத்தில்தான் நான் அதிகமாக எழுதியதும் வாசித்ததும். எழுத்தின் ருசி சரியாகப் புலன்களுக்குள் அமுதமாய் ஊறிய தருணங்கள் அவை. வாழ்வின் அலைதலின் உன்னதமாக ரகசியங்களைச் சரியாகப் படம் பிடித்து எழுதிய காலங்கள்

அவை. வாசிப்பதும் சிந்திப்பதும் கதைக்கான கருத்தரிப்பதும் பயணங்களில் என்றாகிப் போனது.

என்னுடைய நண்பர் ஒருவர் பயணங்களில் புத்தகங்களை அள்ளிக்கொண்டு வருவார். ஆனால் ஒரு பக்கமோ இரண்டு பக்கங்களோ வாசிப்பதற்கிடையில் தூக்கம் அவரை மிகைத்து விடும். விரித்துவைத்த புத்தகப் பக்கங்கள் காற்றிலாடி அல்லல்பட, அவர் இறங்க வேண்டிய இடத்தில் மட்டும் விழிப்புத்தட்டி விடும்.

நான் விடாமல் வாசிப்பேன். அதனால்தான் என்னவோ சீக்கிரமாகவே கண்களுக்கு மூக்குக்கண்ணாடியின் அவசியம் வந்துவிட்டது. ரெயில் பயணங்கள் மிகவும் பிடிக்கும். வாசிக்க எழுந்து நடந்து காலாற, பின்னோக்கி ஓடும் மரங்களை, கட்டடங் களை, மனிதர்களைப் பார்த்து ரசிக்க ரெயில் பயணங்களில் ஜன்னலோர இருக்கைகளைப் பிடித்துக்கொள்வேன்.

எங்களூர் பஸ் வண்டிகளில் ஜன்னலோர இருக்கைக்காக முன்கூட்டியே பதிவுசெய்து பின்னர் என்னை ஏமாற்றிய நடத்துனர்கள்மீது வரும் கோபத்தை மிதித்துவிட்டு, வேறு பஸ்சில் பயணித்திருக்கின்றேன். வாசிப்பதற்கும் கற்பனைக்கும் எனக்குப் பிடித்தமான இடம் ஜன்னலோரம்தான்.

இப்போது பயணங்களில் எதனையும் வாசிக்க முடியாத படிக்கு அதிரடிப் பாடல்கள் ஆக்கரமித்துக்கொண்டன. சிந்திக்கவும் ரசிக்கவும் இயலாத பயணங்கள். இரைச்சல் தவிர வேறெதனையும் கிரகிக்க முடியாதபடிக்கு இன்றைய பயணங்கள் சபிக்கப்பட்டதாக மாறிப்போயிற்று.

இந்த வாசிப்புப் பழக்கம் ஒரு விசித்திர அனுபவத்தைக் கொழும்புக்கு வேலைக்குவந்த புதிதில் எனக்கு கற்றுத் தந்தது.

37

முன்பு வேலை பார்த்த இடங்களில் வாசிப்ப தற்கு வாசிகசாலை இல்லை என்றால் பெரும் திண்டாட்டம் எனக்கு. நண்பர்களிடம் இரவல் வாங்கிக்கொண்டு வருவேன். தினசரிப் பத்திரிகைகளைப் பார்ப்பதும் அன்றாடம் வாலாயப் பட்டுப் போனது.

அட்டாளைச்சேனை விடுதியில் தங்கிப் படிக்கும்போது அட்டாளைச்சேனை பொது வாசிகசாலையை மாலை நேரங்களில் அதிகம் பயன்படுத்தியிருக்கின்றேன். விடுதிக்கட்டணம் அக்காலம் நூற்றி ஐம்பது ரூபா.ஊரிலிருந்து மணி ஓடர் இருநூறு ரூபாய் வரும். மீதி ஐம்பதில் ஒரு புத்தகத்தை வாங்கிவிட்டுத்தான் மற்றதைக் கைச்செலவுக்கு எடுப்பேன். அப்படி சேகரித்த நூல்கள் ஆயிரத்தைத் தொடும். இன்னும் விரித்துப் படிக்காத பல நூல்கள் அலுமாரியில் இருக் கின்றன. ஒரு நூல் கிடைத்ததும் அதைவிட இது முக்கியமாகப்படும் வாசித்துவிடுவேன். இப்படிக் கைபடாத பல நூல்கள் காத்துக் கிடக்கின்றன. வாசிக்க வேண்டும். அல்லது வாசிக்கப்படாமலேயே அவை இருந்துவிடலாம். அல்லது எனது நூலகத்தைப் பயன்படுத்தும் யாருக்கேனும் அவை பயன்படலாம்.

சாண்டில்யனின் 'கடல் புறா', 'ராஜ யோகம்', கல்கியின் 'பார்த்திபன் கனவு' ஆகிய புத்தகங்களை நான்காம் வருட இறுதிப்பரீட்சையின்போது படித்து முடித்திருக்கிறேன்.

பரீட்சைக்குப் பாடம் மீட்டுவது போல் குறிப்புப் புத்தகத்தினுள் கடல்புறாவை அமுக்கி வைத்துக்கொண்டு தீவிரமாகப் படித்திருக்கிறேன்.

ஆனால் வகுப்பிலும் கோட்டை விடாதபடிக்கு எப்படிப் படித்தேன் என்று எனக்குத் தெரியாது. சோலைக்கிளியின் 'எட்டாவது நரகம்', 'நானுமொரு பூனை', 'பாம்பு, நரம்பு மனிதன்' தொகுதிகளையும், வைரமுத்து, மு.மேத்தா, இன்குலாப் போன்றவர்களின் பெரும்பாலான புத்தகங்களையும் இந்த வாசிகசாலையில்தான் படித்தேன்.

92ஆம் ஆண்டு முழுக்க ஒலுவில் சின்னப்பாலமுனையில் கல்லூரி விடுதியில் தங்கி இருந்தேன். சோலைக்கிளியும் என்னண்டையில் அவ்விடத்தில்தான் இருந்துள்ளார். தினம் அவர் வேலை பார்த்த அலுவலகத்தைக் கடந்துதான் கடற்கரைக்கும் மைதானத்திற்கும் செல்வேன். படிப்பு முடிந்து ஊருக்குத் திரும்பிய பிறகுதான் சோலைக்கிளி எனக்குப் பக்கத்தில் என்ற விடயமே தெரியவந்தது.

அப்துல் ரஹீமின் 'வாழ்வது ஒரு கலை' ஒரு ஆதர்சன நூல். ஐந்து தடவைக்கு மேல் அதைப் படித்திருப்பேன். அப்துல்ரகுமானின் 'முட்டை வாசிகள்', 'அவளுக்கு நிலா என்று பெயர்' போன்ற தொகுதிகளையும் அட்டாளைச்சேனை வாசிகசாலை எனக்குத் தந்தது.

இதைத்தான் படிக்க வேண்டும் என்ற தேர்வுகளும் இல்லை. தெளிவும் இல்லை. கையில் அகப்படும் நூல்களைப் படிப்பதுடன் குறிப்பு எடுத்துக்கொள்ளும் பழக்கமும் என்னிடமிருந்தது. இறுக்கமான விடுதிச்சூழலில் சொற்ப நேரம் கிடைக்கும் மாலைநேர ஓய்வை இந்த வாசிகசாலைக்கு வருவதில் கழித்திருக்கின்றேன் என்பதை இப்போது நினைத்துப் பார்க்கின்றேன்.

'தூக்கு மேடை பார்த்துவந்த மௌலானா மௌதூதி', 'இதுதான் இஸ்லாம்' போன்ற நூல்கள் முதன்முதலில் படித்த மௌதூதியின் அறிமுக நூல்களாகும். ஏழுவருடங்களில் ஏறக் குறைய ஆறுவருடங்கள் அந்த வாசிகசாலையின் புத்தகங்கள் எனது அறிவுப்பசிக்குத் தீனி போட்டன. கண்ணதாசனின் 'அர்த்தமுள்ள இந்து மதம்' பத்து பாகங்களையும் படித்திருக்கிறேன்.

கலை இலக்கியப் புத்தகங்களை வாசிப்பதற்கு தடை செய்யப்பட்ட எனது விடுதிக்குள் வாய் வழியே அபின் கடத்துவது போல் புத்தகங்களைக் கொண்டுவந்து மறைத்து மறைத்துப் படித்துக் குறிப்பெடுத்திருக்கின்றேன். 'வழிகாட்டும் வான் மறை' இன்பத்தமிழுக்கு அமுதூட்டிய நூல். அதன்

மொழி நடை என்னை வாய்விட்டுப் படிக்கத் தூண்டும். வான் சுடர் சஞ்சிகை அப்துல் ரகுமானை ஆசிரியராகக்கொண்டு வெளிவந்த இஸ்லாமிய முற்போக்குச் சிந்தனை இதழ். இந்தச் சஞ்சிகையைத் தொடராக வாசித்திருக்கிறேன்.

87 காலப்பகுதயில் அக்கரைப்பற்று நண்பர் பௌசரின் நட்புக் கிடைத்தது. அவர்மூலம் கிடைக்கப்பெற்ற நூல்கள் முக்கிய திருப்புமுனையாக அமைந்தன. அப்போது அவர் 'தடம்' இலக்கிய சஞ்சிகையை ஆரம்பித்து நடத்தி வந்தார். அவ்வப்போது அட்டாளைச்சேனைக்கு வந்து என்னைச் சந்திப்பார். அந்தச் சந்திப்பு கொழும்பில் இருக்கும்வரை தொடர்ந்தபடிதான் இருந்தது.

38

தீவிரமான வாசிப்பின் எதிரொலி. படிக்கின்ற காலப்பகுதியில் எழுத ஆரம்பித்தேன். விடுதியில் யாருக்கும் தெரியாமல் எழுத்துப் பணிகள் தொடர்ந்தன. விடுதியிலிருக்கும் வாசிகசாலை அல்லது கடற்கரையில் உட்கார்ந்தபடி பெரும்பாலும் எழுதுவேன். அல்லது ஆசிரியர் வராத வகுப்பறை.

பெரும்பாலும் எழுதியதைத் திரும்பவும் மீள் திருத்தி எழுதுவதற்கு அதிக நாட்கள் எடுத்துக் கொள்வேன்.இப்போது கதை ஒன்றை எழுத மூன்று அல்லது நான்கு மாதங்கள் எடுத்துக்கொள்கிறேன். எழுதுவது இரண்டு நாட்கள் என்றால் செவ்விதாக்கம் செய்ய பல மாதங்கள் தேவைப்படுகிறது. சில நேரம் செம்மையாக்கம் செய்த படைப்பையும் திருப்தி இல்லையென்றால் கிழித்துப்போட்டிருக்கின்றேன்.

இன்று எழுதக்கூடிய பலர் 'புரோயிலர்' குஞ்சு களைப்போல் அவசரமாகப் பொரித்து அவசரமாக உயர நினைக்கிறார்கள். குறித்த நாளில் குறித்த பத்திரிகையில் பெயர் வந்தால் சரி. எழுத்து எப்படிப் போனாலும் பரவாயில்லை என்ற மனோபாவம் வந்துவிட்டது. வாசிப்பும் இல்லை, எழுத்தில் நிதானமும் இல்லை இவர்களைத்தான் மேடைகளில் முகஸ்துதி செய்து உச்சியிலேற்றி வைத்திருக்கின்றது இலக்கிய உலகம். பாவம் தமிழ் இலக்கியம் திணறித் துடிக்கின்றது.

கவிதைதான் எழுதிப் பழகினேன்.எல்லாக் கவிஞர்களையும் போல் காதல் கவிதைகள். அக் காலத்தில் எழுதுவதற்கு இலகுவாகவும் இதமாகவும் இருந்தன. எழுதியதை பத்திரிகைகளுக்கு அனுப்பி விட்டு ஒவ்வொரு வாரமும் பெயர் வந்திருக்கின்றதா என்று பார்த்துவருவேன்.

ஒரு வருடமாக இப்படிக் கவிதைகள் அனுப்புவதும் பெயரைத் தேடுவதுமாக இருந்தேன். ஒற்றை ரூபாவை மணலில் தொலைத்துவிட்டுத் தேடுபவனைப்போல் என் பெயர் தேடல் அவ்வளவு தீவிரமாக இருக்கும். சொந்தப்பெயரைப் பயன்படுத்துவதற்கும் அச்சம். புனைபெயரில்தான் எழுதினேன்.

திடீரென ஒரு ஞாயிற்றுக்கிழமை பத்திரிகையில் என் பெயரும் கவிதையும் வந்தேவிட்டது. அடைந்த ஆனந்தத்திற்கு அளவே இல்லை. அதை எத்தனை முறை படித்தேன் என்பதும் கைகளினால் அந்தப் பெயரைத் தடவித்தடவி இன்பமுற்றேன் என்பதும் நினைவிலில்லை.

நினைத்துப் பார்க்கையில் பரவசமாய் புத்துணர்வாய் நெஞ்சில் நிற்கிறது. தலையில் கர்வமாய் இரண்டு கொம்புகள் முளைக்க நெஞ்சில் ஒரு இறுமாப்பு. திருமணப்பத்திரிகையில் தன் பெயருக்குப்பக்கத்தில் மணமகனின் பெயரைக் குறும்புடன் பார்த்துப் பரவசமுறும் மணப்பெண்ணின் நெஞ்சுக்குள் துள்ளி யாடும் மான் குட்டிகளாய் மனதில் படபடப்பும் பெருமிதமும்.

எனது பொலநறுவை வகுப்புத்தோழன் கிண்டலடிப்பான் ‘உன்ட கவிதையாவது பத்திரிகையில் வாறதாவது’ ஒரு வருடமாக ஓயாமல் சொன்ன அவன் முன் கொண்டுபோய் எனது கவிதை வந்த பத்திரிகையை விரித்து ஆட்டினேன். தற்போது அவர் தம்பாளையில் ஆசிரியராக உள்ளார்.

என் கையெழுத்து அக்காலத்தில் அழகாக இல்லை என்பதற்காகப் பிரசுரமாகாமல் இருக்குமோ என்ற அச்சத்தில் அட்டாளைச்சேனை நண்பர் மன்சூரின் கையெழுத்தில் எழுதி அனுப்புவேன். நான் எத்தனை முறை கேட்டாலும் நேரம் ஒதுக்கி என்னுடைய கவிதைகளை முத்தான எழுத்துகளில் எழுதித்தருவார். தற்பொழுது கல்முனையில் ஒரு பாடசாலையின் அதிபராக இருக்கின்றார் என்பதில் எனக்கும் பெருமை.

தினகரன் ‘கவிதா சாளர’த்தில் கவிதைகள் வருவதை மிகப்பெரிய சர்வதேச அங்கீகாரமாக எண்ணியிருந்த காலம். சாளரத்தைக் குறிவைத்து மாதம் ஒரு கவிதை எழுதுவோம். 2008க்குப்பின் நானே மடிக்கணினியில் தட்டச்சுச் செய்து கொள்கின்றேன். பேனாவை எடுத்து எழுதுவதைவிட ஒரே தடவையில் கணினியில் எழுதுவது திருத்துவதற்கும் இலகு, பாதுகாப்பதற்கும் இலகு.

39

நண்பர் பௌசர், என். ஆத்மா, பொத்துவில் மஜீத், அக்கரைப்பற்று ஏ.எம். தாஜ், ஏ.எம். ரஷ்மி, கருங்கொடியூர் கவிராயர் என்ற பெரும் கவிஞர் பட்டாளம் *தினகரனில்* எழுதிக்கொண்டிருந்தோம். ஒரு வருடத்திற்குள் எல்லா முன்னணிப் பத்திரிகை யிலும் உள்நாட்டு வெளிநாட்டு சஞ்சிகையிலும் என் கவிதைகள் வெளிவரத் தொடங்கின.

விடாமுயற்சியும் வாசிப்பும் என் எழுத்தின் தீவிரத்திற்குத் தீனி போட்டன. இப்போது எழுதிக் கொண்டிருக்கும் புதியவர்கள் வாசிப்பது அரிதாகத் தான் உள்ளது. அதை அவர்களின் எழுத்தில் பார்க்கலாம். உப்புச்சப்பற்ற எழுத்துகளுக்குத் தாங்களே தன் கழுத்தில் மாலை போட்டுக்கொள்ளும் அசிங்கம் இங்குதான் உண்டு.

கோயில் இல்லா ஊரில் குடியிருக்க வேண்டாம் என்பதைவிட நூல்கள் இல்லாத ஊரில் குடியிருப்பதுதான் மிகுந்த அவஸ்தை. இப்போதும் படிக்கத்தொடங்கிவிட்டால் எழுதத்தொடங்கி விட்டால் என்னை அசைக்கவே முடியாது என்பது என் துணைவியின் குற்றச்சாட்டுகளில் ஒன்று. எழுத்தும் வாசிப்பும் மனமொன்றியிருந்தால் அது மற்றவர்களின் மனதில் சாசுவதமாய்த் தங்கிவாழும்.

நான் வேலைபார்த்த இடங்களில் பெரும்பாலும் வாசிப்பதற்குப் பத்திரிகைகளைத் தவிர வேறொன்றும் கிடைப்பதில்லை. மலைநாட்டில் உள்ளவர்களுக்கும் வடமத்திய மாகாணத்திலுள்ளவர்களுக்கும் *சரிநிகரை* அறிமுகப்படுத்தியிருக்கிறேன். இன்றைய காலம் போல் இணையத்தில் பத்திரிகைகளை வாசிக்க முடியாத காலம் அது. சிறு சஞ்சிகைகள் அக்காலத்தில் வந்துகொண்டிருந்தன.

மட்டக்களப்பிலிருந்து *படி, மூன்றாவது மனிதன், நந்தலாலா* புலம்பெயர் நாடுகளிலிருந்து *அம்மா,*

எச்சில், உயிர் நிழல் போன்ற சஞ்சிகைகள் வந்தன. மறு சஞ்சிகைகள் வரும்வரை திரும்பத்திரும்பப் பாராயணம்தான்.

கடைசியாகக் கொழும்புக்கு 1996இல் காலடி எடுத்து வைத்தபோது வாசிப்பும் எழுத்தும் உச்சத்தில் இருந்தன. நான் வேலைபார்த்த அலுவலகம் பொரல்லையில் அமைந்திருந்தது. வாசிப்பதற்கும் எழுதுவதற்கும் அமைதியான இடம். தூரிகைக் கவிஞர் நண்பர் எஸ். நழீமிடமிருந்தும். கவிஞர் அனாரிடமிருந்தும் காத்திரமான புத்தகங்களை இரவல் பெற்று வாசித்திருக்கிறேன்.

சம்பள நாளில் செட்டியார் தெருவிலிருக்கும் பூபாலசிங்கம் புத்தக நிலையத்திற்குச் சென்றுவிடுவேன். இந்திய, ஈழத்துச் சஞ்சிகைகள், புத்தகங்கள் என அள்ளி வந்து அடுத்த மாதச் சம்பளம் வருவதற்கு முன் வாசிப்பேன். திருமண பந்தத்தில் இணையாத பொற்காலம் என்பதால் நிறைய வாசிக்கவும் எழுதவும் அக்காலங்கள் உதவின. அதிகம் என்னை வாசிக்கவைத்தவர் எஸ்.எல்.எம். ஹனீபா, மாமா.

முதுசம்களின் இலக்கியப் பொக்கிசங்களை எஸ்.எல்.எம். மூலம்தான் படித்து முடித்தேன். கு.ப. ராஜகோபாலன், தி. ஜானகி ராமன், பிரமிள், நகுலன், சுந்தர ராமசாமி, ஜெயகாந்தன், அசோகமித்திரன், ஜெயமோகன் என பெரும் படைப்பிலக்கிய ஜாம்பவான்களை படித்தது அவரிடமிருந்துதான். தோப்பில் முஹம்மது மீரான், தகழி சிவசங்கரன் பிள்ளை, வைக்கம் முஹம்மது பசீர் என்று மலையாளிகளை அறிமுகப்படுத்தியவரும் அவரே. பொற்றேகார்ட்டின் பல நாவல்களைப் படித்துப் பரவசமுற்றதும் இக்காலத்தில்தான்.

வாசிப்பும் தொடர்ச்சியான எழுத்துப் பயிற்சியும் இல்லை யென்றால் ஓர் எழுத்தாளனால் சோபிக்க முடியாது என்பது என் அனுபவம். என்ன எழுதுகிறோம் என்பதைவிட அதை எப்படி வெளிப்படுத்துகின்றோம் என்பதுதான் படைப்பிலக்கியத்தில் அதி உச்சம் என்பேன். ஒரு புனைவின் நம்பகத்தன்மையும் வாழ்வின் உன்னதங்களைக் கோடிட்டுக்காட்டும் மெய்யுமே இலக்கியத்தில் நிலையானவை என்பது பலருக்குத் தெரியாமலேயே போய்விடுகின்றது.

எழுத்துக்கு மட்டுமல்ல அரசியல் போராட்டம், அல்லது இயக்கம் சார்ந்த செயற்பாடுகள் எல்லாவற்றிருக்கும் இது பொருந்தும். காலத்தால் நின்று சில புனைவுகள் பேசப்படுவதற்கு காரணம் அவர்கள் மனித உணர்வுகளை வெளிப்படுத்தும் முறைதான் என்பது எவ்வளவு சத்தியமாக உள்ளது.

40

போர் உச்சத்தில் இருந்த காலப்பகுதி.

2003இல் ராஜகிரியவில் மேற்கொள்ளப்பட்ட புலிகளின் அதிரடித் தாக்குதல்களைப் பொரலஸ்லையில் இருந்தபடி கேட்டு அதிர்ந்திருக்கிறேன். ஒரு விடுமுறை நாளில்தான் இந்தத் தாக்குதல் நடந்தது. ஜன்னல்கம்பிகள் அதிர, துவக்குகள் நேருக்குநேர் மோதும் இசை அழகாகவும் திகிலாகவும் இருந்தது. வனவாசல் அடுக்குமாடித் தொடருக்குள்ளும் புலிகள் புகுந்திருந்தனர். அந்நேரம் என்னுடன் சவூதி அரேபிய விருந்தாளி ஒருவரும் தங்கியிருந்தார். அவர் அச்சத்தில் ஆடிப்போனார். பயத்தில் உறைந்திருந்த அவர் முகம் சிவந்து கன்றிப்போய்த் தெரிந்தது. முகம் குப்புறப்படுத்தபடி கலிமாவை வேகமாக உச்சரித்தபடி இருந்தார்.

எமக்கென்றால் இது பழகிய சங்கதி. பயப்பட வேண்டாம் என்றேன். எனினும் அவர் மாலையே கிளம்பி நட்சத்திர ஹோட்டலுக்குச் சென்றுவிட்டார். பாராளுமன்றத்திற்கு வரும் கௌரவ உறுப்பினர்களை இலக்குவைத்து நடத்தப்பட்ட தாக்குதல் அது என்று பேசிக்கொண்டார்கள். என்றாலும் கடைசி நேரத்தில் அது முறியடிக்கப்பட்டது.

அப்போது ராஜகிரிய ஆயுர்வேத மருத்துவ பீடத்திற்கு அருகிலும், சூழவும் பற்றைக்காடுகள் முளைத்திருந்தன. கொழும்பு நகரமே குப்பைக் காடாகக் காட்சியளித்த காலம். அழகியலைப் பற்றி ஆட்சியாளர்கள் அலட்டிக்கொள்ளாத காலம். அதிரடித்தாக்குதல்களைச் சமாளித்தாலே போதும் என்றிருந்த காலம். ‘பிச்சை வேண்டாம் நாயைப் பிடி’ என்றிருந்தவர்களுக்கு அழகியல் பற்றிச் சிந்திக்க நேரமேது?

குண்டுவெடிப்பிலிருந்தும், தற்கொலைதாரி களிடமிருந்தும் எப்படித் தப்பிப்பது என்று சிண்டைப்

பிய்த்துக்கொண்டு ஆளாளுக்குப் பதறித் திரிந்தார்கள். சுற்றுலாப் பயணிகள் வந்து தலைநகரின் கம்பீர அழகையும் நாட்டின் வசீகரத்தையும் இரசிக்கும்படி எதுவும் நடந்துவிடவில்லை. எனவே நினைத்த நேரத்தில் நினையாத இடங்களில் குண்டுகள் வெடித்து மனிதர்கள் சிதறிக்கிடந்தனர். நாங்கள் வெளியே சென்றால் திரும்பி வந்தால் மட்டுமே மெய். அப்படியொரு நெருக்கடியான கொலைக்களத்தில்தான் கொழும்பில் 10 வருடங் களைக் கடத்தியிருக்கிறேன். சேதாரமில்லாதது இறைவனின் கடாட்சம்.

இப்போது கொழும்பு நகரைப் பார்க்கிறபோது நெஞ்சம் குளிர்கின்றது. அழகும் கம்பீரமும் நிறைந்த தலைநகர் வெளி நாட்டவரை மட்டுமல்ல, நம் நாட்டவரையும் சுண்டியிழுக்கின்றது. நடைபாதை வியாபாரிகளின் தொல்லைகளும் பிச்சைக்காரர்களின் தொல்லைகளும் விலைமாதர்களின் பேரம் பேசுதல்களும் அற்ற புறக்கோட்டையைக் கடக்கும் போது கடந்தகால நெருக்கடிகள் சட்டெனத் தோன்றி நீர்க்குமிழிபோல் உடைகின்றன.

இக்காலங்களில் அடிக்கடி நான் ஊருக்குப் போகமாட்டேன். தனி ஆள் என்பதால் நான்கைந்து மாதத்திற்கு ஒரு தடவைதான் ஊரை எட்டிப்பார்ப்பேன்.

இக்காலப்பகுதியில் நண்பர் பௌசர் பார்க் வீதியில் வசித்துவந்தார். *சரிநிகர்* பத்திரிகை கிருலப்பனையில் இயங்கி வந்தது. பின்னர் *நிகரி* என்ற பெயரில் அதே குழுமம் ஒரு பத்திரிகையை நடாத்தியது. அங்கே நண்பர்களான ஷகீப், ரஷ்மி, சிவா போன்றவர்களின் தோழமை கிடைத்தது. நண்பர் எஸ். நழீம் மருதானையில் இருந்தார். பிற்காலத்தில் *சுயம்* பத்திரிகையை நண்பர் பௌசருடன் இணைந்து நாங்கள் நடாத்தி வந்தோம். பௌசர் பின்னர் வேக்சல் லேனுக்கு மாறிவிட்டார். முஸ்லிம் காங்கிரசின் தலைமையகமான தாருஸ்ஸலாம் அவரின் வீட்டுக்கு அருகாமையில்தான் இருந்தது. *சுயம்* பத்திரிகை குழுவில் நண்பர் ஆத்மாவும் இணைந்திருந்தார். தோழர் அப்துல், முஹ்சீன் ஆசிரியரும் *சுயம்* பத்திரிகையில் இணைந்திருந்தனர். *மூன்றாவது மனிதன்* சஞ்சிகையை பௌசர் கொழும்பிலிருந்துதான் இக் காலத்தில் நடாத்தினார்.

நண்பர் பௌசரின் பம்பலப்பிட்டி மிலேனியம் புத்தக நிலையத்தின் மேற்தளத்தில் சுயம் பத்திரிகைக்கான ஆலோசனைக் கூட்டம் நடைபெறும். அங்குதான் பத்திரிகை வேலைகளையும் பங்கு போட்டுக்கொண்டு செய்தோம். நான் மாலை ஐந்துமணிக்கு அலுவலகம் முடிந்து பொரல்லையிலிருந்து பம்பலப்பிட்டிக்கு வந்து விடுவேன்.

நண்பர் என். ஆத்மா ரூபவாஹினியிலிருந்து ஆறுமணிக்குப்பின் வருவார். ரக்ஷ்மியும் வருவார். நண்பர் சிராஜ் மஷ்ஹூரும் பத்திரிகைக்கு உழைத்தவர்களில் முக்கியமானவர். மற்றவர்கள் எங்களுக்காகக் காத்திருப்பார்கள். ஒவ்வொரு ஆக்கத்தினையும் வரிக்குவரி வாசித்து செவ்விதாக்கம் செய்வோம். அதிகாலை இரண்டு மணி அல்லது மூன்று மணிவரை *சுயம்* பத்திரிகையில் பணிகளை சம்பளமின்றி சமூகப்பணியாக செய்துவந்தோம்.

இலண்டனிருந்து பத்திரிகை தொடர்பாக அடிக்கடி விசாரித்து ஊக்கப்படுத்தியவர் சட்டத்தரணி பஷீர். பொருளாதார உதவியும் செய்திருக்கின்றார். முஸ்லிம்களின் பிரச்சினைகளைச் சொல்ல அப்படியொரு ஊடகத்தின் தேவை அவசியமாக இருந்த காலம் அது.

41

பொருளாதார நெருக்கடி, புலமைசார் வளங்களின் பற்றாக்குறை போன்ற காரணங்களால் *சுயம்* பத்திரிகை நின்றுபோனது. பின்னர் *முஸ்லிம் குரல்* பத்திரிகை பௌசரின் முயற்சியால் வெளிவந்தது. அப்போது இலங்கை அரசிற்கும் புலிகளுக்குமிடையே சமாதான ஒப்பந்தம் நிகழ்ந்தது. இலங்கை அரசுடன் பேசிக்கொண்டே விடுதலைப்புலிகள் முஸ்லிம்கள் மீதான மோசமான அடக்குமுறையைப் பிரயோகித்து வந்த காலம். முஸ்லிம் காங்கிரஸ் நோர்வேயுடன் சேர்ந்துகொண்டு விடுதலைப் புலிகளின் முஸ்லிம்கள் மீதான அடக்குமுறையை மௌனத்துடன் பார்த்துக் கொண்டிருந்தது. முஸ்லிம்கள் மீதான விடுதலைப் புலிகளின் அடக்குமுறையை எதிர்த்து முஸ்லிம் காங்கிரசால் பேச முடியவில்லை. அந்தக் கால கட்டத்தில் முஸ்லிம்களின் குரலாக *முஸ்லிம் குரல்* பத்திரிகை துணிச்சலுடன் பேசியது.

வாழைச்சேனை பிரதேசத்தில் சமாதான ஒப்பந்தக் காலகட்டத்தில் முஸ்லிம்களைக் கடத்தி எரித்துக் கொல்லுமளவிற்கு நிலைமையிருந்தது. இந்த அடக்கு முறையை எதிர்த்து *முஸ்லிம் குரல்* குரல் கொடுத்தது.

இலங்கை முஸ்லிம்களின் பத்திரிகை வரலாற்றில் இப்பத்திரிகைக்கு மறுக்க முடியாத முக்கியத்துவம் உண்டு. இக் காலகட்டத்தில்தான் அரசுக்கும் புலிகளுக்குமிடையே நடந்த பேச்சு வார்த்தையில் முஸ்லிம்களின் இடம் மறுக்கப் பட்டது. முஸ்லிம்கள் ஒரு தேசிய இனம் என கருத்துகள் எழுந்தன. முஸ்லிம்களுக்கான தனித் தரப்பை வலியுறுத்தியும் முஸ்லிம்கள் ஒரு தேசிய இனம் என்ற அடிப்படையை வலியுறுத்தியும் கோட்பாட்டுரீதியாக முஸ்லிம்களுக்குள்ளிருந்து பத்திரிகை வருவது முக்கியம் எனக் கருதியதால் *முஸ்லிம் குரல்* பத்திரிகை வந்தது.

திஹாரியில் வசித்துவந்த திருகோணமலை நண்பர் பாரிஸ் பொருளாதார உதவியைப் பத்திரிகைக்காகச் செய்து வந்தார். நான் சில நேரங்களில் பத்திரிகை வேலைகள் அதிகமிருந்தால் மிலேனியம் புத்தக நிலையத்தின் ஒரு மூலையில் சுருண்டு படுத்துக்கொள்வேன். அதிகாலை மீண்டும் பம்பலப்பிட்டியிலிருந்து பொரல்லைக்கு வந்து அலுவலகப்பணிகளில் மூழ்கிவிடுவேன். ஒரு சோற்றுப்பார்சலை இரண்டுபேர் அல்லது மூன்று பேரும் சாப்பிட்டுவிட்டு வேலைகளைக் கவனித்திருக்கின்றோம்.

ஒரு கப் டீ குடிக்க வேண்டும் போல் தோன்றும், அவ்வளவு அயர்ச்சி. நள்ளிரவில் பம்பலப்பிட்டியில் டீ வாங்கக் கடைகள் இருக்காது. இருந்தாலும் கிழக்கு மாகாண முகத்துடன் வீதியில் சுற்றித்திரிய ஓர்மம் வேண்டுமே! டீ போட்டுக் குடிக்கவும் நேரம் இருக்காது.

வெறும் தண்ணீரை மட்டும் அருந்திக்கொண்டு நள்ளிரவு வரை பத்திரிகை வளர்ச்சிக்கு உழைத்தவர்களிடம் சமூக உணர்வு தவிர வேறொன்று இருந்ததாக எனக்குத் தெரியவில்லை.

42

முஸ்லிம் குரல் பத்திரிகை எதிர்பார்த்த எழுச்சி அலையை மக்களிடையே தோற்றுவித்தது. வெள்ளிக்கிழமைகளில் பள்ளிகள் தோறும் விற்பனை செய்வதென்ற கொள்கைக்கேற்ப அனைவரும் உழைத்தோம்.

கட்டுரைகளில் உள்ள ஒரு வார்த்தை அல்லது வசனத்தைக்கூட பல கோணங்களில் விவாதித்துச் சேர்ப்பதா நீக்குவதா என்பதில்கூட அவதானமாகச் செயற்பட்டோம். ஒரு வசனத்தின் சரியான புரிதலுக்காக ஒரு மணி நேரம்கூட விவாதித்திருக் கின்றோம்.

உதாரணமாக வடகிழக்கு என்று இணைத்து எழுதுவதைக்கூட நண்பர் பௌசர் விரும்பமாட்டார். வடக்கு கிழக்கு என்று பிரித்தே எழுதுவார். முஸ்லிம் தனித்துவ அரசியல், கலை, கலாச்சாரச் சொற்களைக் கையாள்வதில் மற்றவர்களுக்குப் பிடிகொடுக்காமல் பதிவு செய்வதில் மிகக்கவனமாகச் செயற்பட்டோம்.

சில சமூக ஆர்வலர்கள் பத்திரிகை விற்ற பணத்தைத் திருப்பிச் செலுத்தாமலேயே காலத்தைத் தள்ளி *சுயம்* பத்திரிகையின் கழுத்தினை நெரித்து கொன்றுவிட்டனர்.

பஸ் பிடித்துக்கொண்டு ஊர்ஊராய்ப் போய் கடன் வசூல் பண்ண வேண்டிய நிலை. ஒரு பத்திரிகை நடத்துவதன் சிரமத்தையும் எதிர் கொள்ளும் சவாலையும் *முஸ்லிம் குரல், சுயம்* பத்திரிகைகளின் விடயத்தில் அனுபவரீதியாகப் புரிந்து கொண்டோம். புலிகளின் அச்சுறுத்தல்கள் தலைநகரில் உச்சத்திலிருந்த காலத்தில்தான் பத்திரிகையினை வெளியிட்டு வந்தோம். அக் காலத்தில் பத்திரிகையின் தொடர்புகளுக்கு ஒரு

தொலைபேசி இலக்கம் தேவைப்பட்டது. மற்றவர்கள் தயங்கிய தருணத்தில் என் குரல் ஓர்மமாக ஒலித்தது. ஈற்றில் என் தொலைபேசி இலக்கத்தைத்தான் பத்திரிகையில் போட்டோம்.

பத்திரிகை நின்ற பின்னும் மிரட்டல்கள் ஓயவில்லை. சில காலம் அந்தத் தொலைபேசியைத் துண்டித்துவிட்டு ஒரு வருடத்திற்குப்பின் இணைப்பில் வந்தேன். ஒரு வருடத்திற்குப்பின் நண்பர் பௌசரின் புத்தக நிலையத்தை மூடிவிட பத்திரிகை காரியாலயம் மருதானை ஆனந்தாக்கல்லூரிக்குப் பின்னாலுள்ள மாளிகாகந்தை வீதிக்கு மாற்றப்பட்டது. *சுயம்* என்ற பெயரை விடுத்து *முஸ்லிம் குரல்* என்ற பெயரில் இங்கிருந்துதான் பத்திரிகை வெளிவரத்தொடங்கியது. ஆனந்தாக்கல்லூரியின் வெளி விளையாட்டு மைதானம் அலுவலகத்திற்கு முன் காணப்பட்டது. பிற்காலத்தில் பாழடைந்த பத்திரிகை காரியாலத்தை ஏக்கத்துடன் பார்த்தபடி அந்த மைதானத்தில் ஒரு வருடமாகத் தினமும் வாக்கிங் போனேன். தற்போது அல்குத்ஸ் சர்வதேசப் பாடசாலை இயங்கும் கட்டடம். இவை மிக முக்கியமான பதிவுகள் என்பதால் சொல்ல வேண்டிய தேவையுள்ளது.

முஸ்லிம்களின் தனித்துவ ஊடகத்தின் முக்கியத்துவம் பற்றிப் பேசப்படும் இத்தருணத்தில் அதனை வளரவிடாமல் முளையிலேயே கிள்ளிஎறிந்த பெருமைக்குரியவர்கள் சில பத்திரிகை ஏஜென்டுகள் என்பது கசப்பான யதார்த்தம்.

இஸ்லாம், சமூகப்பணி என்று தத்துவம் பேசும் இப்படி யானவர்களை நிற்பாட்டி வைத்துக் கன்னத்தில் அறைந்தாலும் அடிக்கின்ற நமது கைகள்தான் தீட்டுப்படும். இத்தகைய சமூகத் துரோகிகள் இன்றும் வாயைப் பிளந்துகொண்டு சமூகத்தைப்பற்றி அக்கறையுடன் பேசிக்கொண்டுதான் இருக்கிறார்கள்.

உண்மையில் இயக்கம் அல்லது கொள்கை சார் பத்திரிகை களின் படுகொலைக்குப் பின்புலமாக இருப்பவர்கள் அந்த இயக்கத்தின் பற்றுதிகொண்டவர்களெனத் என தம்மை அடையாளப்படுத்திக்கொள்ளும் நபர்கள்தான். இவர்கள்தான் இயக்கத்தின் அல்லது கொள்கையின் வளர்ச்சிக்குத் தடையாக நிற்கும் அல்லது தோல்விக்கு துணைபோகும் நம்பிக்கைத் துரோகிகள்.

நண்பர் பௌசர் பிற்காலத்தில் ஊர்ஊராகத் பத்திரிகை ஏஜென்டுகளைத்தேடி அலைந்திருக்கின்றார். அவரின்

பெரும்பாலான பொருளாதாரத்தையும் நேரத்தையும் இந்த *முஸ்லிம் குரல்* விழுங்கியிருக்கின்றது.அவரைப்போல பலரின் கனவுகளையும் இந்த ஏஜென்டுகளும் கொள்கைவாதிகளும் ஏப்பமிட்டுள்ளார்கள். அவர்களின் வயிறுகளில் முஸ்லிம் சமூகத்தின் தீ சப்தமில்லாமல் எரிந்து கொண்டிருக்கின்றது. ஒரு சமூக ஊடகத்தின் இறப்புக்கு காரணமான இவர்கள் நிம்மதியாக வாழ்தல் என்பது சாத்தியமற்ற செயல். நிச்சயம் அவர்களின் மனசாட்சி அவர்களைக் குதறிக்குதறிக் கொல்லும். கொல்ல வேண்டும்.

43

பொரல்லையில் தமிழ் பத்திரிகை மட்டும் தான் கிடைக்கும். நூல்கள் கிடைக்காது. 103 பஸ் எடுத்தால் மருதானைக்கு வந்து வாசிகசாலையை தேடலாம் என்ற உதிப்பில் ஒரு சனிக்கிழமை மாலை மருதானைக்கு வந்தேன். 'கொடகே புத்தக நிலையம்' என்ற பெயர் பலகையைக்கண்டு மலைத்து உள்ளே சென்றேன்.அனைத்தும் சிங்களமொழி மூல நூல்கள். இன்று கொடகே புக் எம்போரியம் சிறந்த தமிழ் நூல்களைத் தெரிவு செய்து வருடாந்திரம் விருது வழங்குவதுடன், தமிழ்மொழியிலான நூல்களின் தொகுதியையும் விற்பனைக்கு வைத்துள்ளது. இந்த விருதுத் தெரிவிலும் இலக்கியப் பெருச்சாளிகளின் கைவரிசை நிகழ்வதாகக் குற்றச்சாட்டும் இருக்கின்றது.

நேரே பொலிஸ்நிலையப் பக்கமாக நடந்து வந்தபோது சிலர் தீவிரமாகவே வாசிப்பில் இருப்பதைக்கண்டு அடைந்த ஆனந்தத்திற்கு அளவே இல்லை. ஆர்வ மேலீட்டால் உள்ளே நுழைந்தேன். சுற்றும்முற்றும் பார்க்கவில்லை. யாரும் புத்தகம் படிப்பதைக் கண்டால் போதும், வாசிப்பவனின் மனம் பரபரக்க ஆரம்பித்துவிடும். எதிரே இருக்கும் முகம் தெரியாத சின்னக்குழந்தையுடன் அதன் அம்மாவுக்குத் தெரியாமல் கண்களால் கைகளால் ஜாடைகாட்டிச் சிரிப்பதைப்போல் மனம் இறக்கை கட்ட ஆரம்பித்துவிடும். அவ்வாறான மனநிலைதான் அந்தப் பத்திரிகை விரித்துப் பார்க்கும் இடத்தைக் கண்டதும் ஏற்பட்டது.

பத்திரிகைகள் அதை வாசிக்கும் மனிதர்கள் இவர்களை நோட்டமிட்டுக்கொண்டே புத்தக அலுமாரிகள் உள்ளனவா என்று ஆராய்ந்தேன். ஒன்றுமில்லை. எல்லோரும் தீவிரமாக வாசிப்பதில் இருந்தார்கள், அதுவும் ஆங்கிலப் பத்திரிகை. என்னை வியப்புடனும் ஆச்சரியத்துடனும் சில விழிகள் பார்த்துவிட்டு வாசிப்பதில் ஆர்வமாய் இருந்தன.

முஸ்லிம்கள் செறிந்து வாழும் மருதானை வாசிகசாலையில் தமிழ்ப் பத்திரிகைக்குத் தடையா? பத்திரிகைக்குச் செய்தி கிடைத்துவிட்ட மகிழ்ச்சியில் புலனாய்வு செய்யும் பணியில் இறங்கினேன். ஒருவரை அணுகி இங்க தமிழ்ப் பத்திரிகை இல்லையா என்றேன். என்னவோ பியர், பன்றி இறைச்சியைக் கேட்டுவிட்ட மகா குற்றவாளியைப் பார்ப்பதைப்போல் என்னை உச்சி முதல் உள்ளங்கால் வரை அதிசயமாகப் பார்த்தார். அவர் இதழோரம் துளி எள்ளல் எட்டிநின்று வேடிக்கை காட்டியது.

என்னை நோக்கிக் காத்திரமாக ஆனால் மிக இரகசியமாகக் கத்தினார். மொழி முக்கியமல்ல 'குதிரையின்ர பெயரைச் சொல்லுங்க கட்டிடுவோம்' என்றார். அப்போதுதான் மேலே திரையில் குதிரைகள் மூச்சிரைக்க ஓடிக்கொண்டிருப்பதைப் பார்த்தேன்.

பந்தயக்குதிரை நிலையத்திற்குள் நுழைந்திருக்கின்றேன் என்பதை நினைக்கையில் மிகுந்த அவமானமாய் இருந்தது. அவர்கள் வாசிக்கவில்லை தேடிக்கொண்டிருக்கின்றார்கள் என்பதும் புரிந்தது. நானே என் நிலையை எண்ணிச் சிரித்துக் கொண்டேன்.

பிற்காலங்களில் குதிரைப் பந்தய கசினோக்களைக் கடந்து செல்கையில் இதழோரம் முகிழும் புன்னகையைக் கட்டுப்படுத்த முடிவதில்லை. 2000ஆம் ஆண்டுக்குப் பின் கொழும்பில் நல்ல புத்தகங்களை படித்துப் பயன் பெற்றேன் என்பது வேறு விடயம்.

நான் எழுதத்தொடங்கிக் கொஞ்சம் பெயர் அடிபடத் தொடங்கிய காலம். சொந்தக் கிராமத்தில் அறிமுகம் இல்லை. படித்ததும் வெளியூரில். படிப்பு முடிந்து தொழிலும் வெளியூரில். பெயர் மட்டும்தான் சனங்களுக்குப் பரிச்சயம். அனேகருக்கு ஆளைத் தெரியாது.

இதனைச் சாதகமாகப் பயன்படுத்தியவர்களும் உண்டு. வில்லங்கமான எழுத்துகள் பிரசுரமாகும்போது மட்டும் அவர்கள் கழன்றுவிடுவார்கள். புலிகள் உச்சத்தில் கோலோச்சிய காலத்தில் புலிகளுக்கெதிரான பதிவுகளைப் புனைப்பெயரிலன்றி சொந்தப் பெயரிலேயே எழுதியதால் என் எழுத்துக்குச் சொந்தம் கொண்டாடிய பலர் 'கழுவும் நீரில் நழுவும் மீனா'கிப் போனார்கள்.

44

மலைநாட்டின் பல்கும்புறயில் பணியிலிருந்த போது அயல்கிராமம் கலகெதரயில் உனைஸ் என்ற நண்பர் இருந்தார். 'கலகெதர உனைஸ்' என்ற பெயரில் அப்போது எழுதினார். ஒரு நாள் மாலையில் போன் பண்ணினார். அவருடன் பேராதனைப் பல்கலைக்கழகத்தில் கருத்தரங்கிற்கு சென்ற நண்பர் இளைய அப்துல்லாஹ்வும் (எம்.என். அனஸ்) போனில் கதைத்தனர்.

எழுத்தாளர் என்று உன்னுடைய பெயரைச் சொல்லி ஒருவர் அறிமுகமாகிக் கருத்தரங்கில் கலந்து கொண்டிருக்கின்றார். கேட்டால் மழுப்பு கின்றார். என்ன செய்ய என்று கேட்டார்கள். "விடுங்கப்பா அவர்ர ஆசை அதுவானா சொல்லிட்டுப் போகட்டுமே" என்றேன். ஆனால் நண்பர்கள் கேட்க வில்லை என்பதைப் பின்பு தெரிந்துகொண்டேன்.

சில நேரங்களில் நான் எழுதிய கவிதைகளை என்னிடமே தான் எழுதியதாகப் படித்துக் காட்டுவார்கள். சிரித்துக்கொண்டே கேட்பேன்.

கண்டியில் இருக்கும்போது இப்படியொரு சுவாரஸ்யம் வாய்த்தது. பணிபுரிந்த இடத்தில் எனக்குரிய அறையில் தனியாகத் தூங்குவதில்லை. கூடவே நண்பர்கள் இருவரோ அல்லது அதற்குமேல் மூவரோ வந்துவிடுவார்கள். குறைந்தது ஒருவராவது வந்துவிடுவர். கண்டிக் குளிருக்கு பிளேன்றீயும் கோப்பியும் குடித்துக்குடித்துக் கதைத்தபடி இருப்போம். எத்தனை மணிக்குத் தூங்கினாலும் அதான் கேட்டதும் எழும்பி விடுவோம்.

ஓர் இரவு ஒருவர்தான் தூங்குவதற்கு வந்தார். நான் கட்டிலைக் கொடுத்தும் "இல்ல நீங்க படுங்க" என்று விட்டுக் கட்டிலுக்கு அருகில் தரையில் படுத்துக்கொண்டு கதைத்தபடி இருந்தார்.

“சேர் நான் ஒரு கவிதை எழுதியிருக்கின்றேன்.அதப் படிக்கிறன் கேளுங்க” என்றார்.

“கவிதை எல்லாம் எழுதுவிங்களா? ம்... படிங்க” என்றேன். நான் கவிதை எழுதுபவன் என்றோ கதை எழுதுபவன் என்றோ போகுமிடமெல்லாம் காட்டிக்கொள்வதில்லை. அது என்றைக்கும் எனக்கு உவப்பான விடயமுமல்ல.

அவர் கவிதை படிக்கப்படிக்க எனக்குத் திகைப்பும் சிரிப்பும்.

சில மாதங்களுக்கு முன் *தினமுரசில்* நான் எழுதிப் பிரசுரமான பிரிவின் வலியையும் நட்பின் யாசிப்பையும் வேண்டி நிற்கும் கவிதை. அந்தக் காலத்தில் *தினமுரசில்*தான் அதிகமாக எழுதிவந்தேன். வாரம் ஒருமுறை கவிதையோ அல்லது சிறுகதையோ வந்து விடும். தொழில் நிமித்தம் அடிக்கடி ஊர்களை மாற்றிக்கொள்ளவேண்டி ஏற்படும். செல்லும் கிராமங்களிலெல்லாம் கதைக்கான கருக் கட்டிவிடும்.

நண்பர் பௌசர் போன் பண்ணும்போது கேட்பார். இப்ப நீங்க இந்த ஊருலதானே? கத படிச்சன் என்பார்!

நண்பர் கவிதையை வாசித்து முடித்ததும் “எப்படி சேர் கவிதை” என்றார். “ம்... நல்லா இருக்கு” என்றேன்.

“இத நம்மாளுக்கு எழுதிக் கொடுத்திட்டன் சேர் நாளக்கி ‘வேர்க்அவுட்’ ஆகும்” என்றார். அவருடைய தோழியின் நட்பு நமது கவிதையால் தொடரப்போகிறது. அதைப் பிரிப்பானேன்? மனசுக்குள் சின்னதாய் ஒரு மின்னல் வெட்டிப்போனது.

“உங்க ஆளு கவிதையெல்லாம் படிப்பாங்களா?” என்றேன்.

“பேப்பர்லெல்லாம் படிக்கமாட்டா சேர். புத்தகம் படிப்பா?”

“அப்படியா நீங்க தப்பிட்டிங்க” என்றேன். “என்ன சொல்றீங்க?” அவர் குரலில் பதற்றம் தொற்றிக்கொண்டது. அதை நீடிக்க நான் விரும்பவில்லை.

“பிறகென்ன இந்தக்கவிதயால உங்க எண்ணம் வேர்க் அவுட் ஆகும், தோழரே நிம்மதியா படுங்க” என்றேன்.

நெடு நேரமாக ‘பே’ என்று முழித்துக்கொண்டிருந்தார். எத்தனை மணிக்குத் தூங்கினாரோ அறியேன்.

நமது கவிதையை அச்சொட்டாகப் பாடமிட்டு நம்மிடமே ஒப்புவிக்கும்போது நமக்கு ஏற்படுவது கர்வமா அல்லது மகிழ்ச்சியா என்று புரியவில்லை. ஆனால் நெஞ்சுக்குள் ஒரு புகைமூட்டம் இன்பமாய் பரவத்தொடங்கியது என்னவோ நிஜம்.

பத்திரிகையில் பெயர் வர வேண்டும் என்பதற்காகச் சிலர் எப்படியெல்லாம் திருடிச் சொந்தச்சரக்கு போல விற்று விடுகிறார்கள் என்பதை நினைக்கையில் ஆச்சரியமாக உள்ளது. நிஜவாழ்விலும் திருட்டு, இலக்கியத்திலும் திருட்டு. இப்படித் திருடி பிரபல்யம் பெற்ற பல எழுத்தாளர்களை நான் பார்த்துக்கொண்டு வருகின்றேன்.

திருடியது பிடிபட்டவுடன் நான் அதில் எடுக்கவில்லை இதில் எடுத்தேன் என்ற அறிக்கை கூட விடுக்கின்றார்கள். பன்றி இறைச்சியைச் சாப்பிடும் போதும் நான் 'பிஸ்மி'தானே சொன்னேன் என்பது போல் இருக்கின்றது அவர்களுடைய வாதங்கள்.

திருட்டு இலக்கியம் நீண்டகாலத்திற்கு நீடித்து நிற்பதில்லை. சில திருடர்களை இனங்காட்டியிருக்கின்றோம். சில திருடர்களைப் போனால் போகட்டும் போடா என்று விட்டு வைத்திருக்கின்றோம். அவர்கள் கண்ணை மூடிக்கொண்டு உலகம் இருண்டு கிடக்கின்றது என்ற கற்பனையில் பால் குடிக்கும் கள்ளப்பூனைகள்.

சில இலக்கியத் திருடர்களும் கொலைகாரர்களும் இன்றைய தமிழ் இலக்கிய உலகில் முடிசூடா மன்னர்களாக வலம்வருவது ஆசியாவின் ஆச்சரியங்களில் ஒன்று என்பதைத் தவிர வேறென்ன சொல்ல முடியும்?

45

எனது எழுத்துலகில் நிறைய சுவாரஸ்யங்கள் உண்டு.

91.06.15ஆம் திகதி எழுச்சிக்குரல் பத்திரிகையில் 'மச்சானே அழைத்திடுங்க' என்ற கவிதை வெளிவந்தபோது ஒரு சம்பவம். பத்திரிகையைத் தூக்கிக்கொண்டு ஒரு ஆசிரியர் ஓடிவந்தார். நான் சைக்கிளை உழத்திக்கொண்டு ஓட்டமாவடி மையவாடிக்குப் பக்கத்துத் தெருவில் போய்க் கொண்டிருந்தேன்.

அவர் மூச்சுவாங்க என்னெதிரே நின்றார். நான் சைக்கிளை நிற்பாட்டி என்னவென்றேன். விடுமுறையில் வந்துநின்ற என்னிடம் சுகம் விசாரிப்பார் என்று நினைத்திருந்தேன். எழுச்சிக் குரலை உயர்த்திப்பிடித்தபடி

"இந்தக்கவிதய நீங்களா எழுதினது?"

"ஓம்" என்றேன்.

"என்னத்துக்கு இந்தக்கவிதயெல்லாம். இதெல்லாம் விட்டுப்போட்டு வேலையப் பாருங்க" என்றார். ஓர் ஆசிரியராக இருந்தும் எழுத்தில் தடம் பதிக்க ஆரம்பித்துள்ள என்னை அவர் ஊக்கப் படுத்தவில்லை. நெஞ்செல்லாம் கருகியது.

முஸ்லிம்களுக்கெதிரான பிரபாகரனின் பாசிசத்தை பகிரங்கமாகவே எதிர்த்து எழுதியபோது உண்மையில் என்மீது அக்கறையுடன் சிலர் புத்தி சொன்னதுண்டு. இப்படிப் பகிரங்கமாகச் சொந்தப்பெயரில் எழுதாமல் புனைப்பெயரிலாவது எழுதுங்களேன் என்று. அவர்களின் அன்பையும் கரிசனையையும் இன்றும் நன்றியுடன் நினைத்துப் பார்க்கின்றேன். அவர்களுக்கு நெஞ்சம் நிறைந்த நன்றிகள்.

அந்த ஆசிரியர் படித்துவிட்டு இதையெல்லாம் எழுதாதீங்க என்று புத்தி சொன்ன அந்த நெடுங் கவிதையிலிருந்து சில வரிகள்.

... ... சின்னனவள் சாமத்தில்
உங்களை கேட்டழுதாள்.
'இத்தா'வுக்குள் 'இரி'யென்று ஏன் மறந்து போனீங்க ?
இருட்டான என் வாழ்வில்
இனி வருமா விடிவெள்ளி ?

பிள்ளைகள் அடம்பிடித்தால்
பிடிச்சோறு ஊட்டிட
தொல்லைகள் அதிகரித்தால்
தோளில் கிடத்தி உலாத்திட
ஏந்திழை நான் காத்திருந்தேன்.
கனவுகளைக் கபனிட்டு
என் நினைவைப் புதைத்திட
புலி அடித்துக்கொன்றதோ ?

பள்ளிக்குள் துப்பாக்கி
படபடத்துத் தீ கக்க
நெஞ்செல்லாம் அனல் அடிச்சி
எதிர்காலம் சாம்பலாச்சி

பட்ட கடன் தீர்க்க நான்
அப்பம் சுட்டு வாழுறன்
பார்ப்பதற்கு யாருண்டு ?
பாரினிலே அழுகிறேன்.

கண்மணிகள் இருவரும் பட்டினியால் வாடுவதை
என் விழியால் பார்த்திட்டு
எப்படி நான் துயில் கொள்வேன் ?
... ...

இரண்டு வருடத்திற்கு முன் அதே ஆசிரியர் என் முன் நிற்கிறார். எனக்கு ஒரு கவிதை எழுதித் தாங்க நான் ஒரு அமைச்சரை வாழ்த்த வேண்டும்.

எனக்கு அழுவதா சிரிப்பதா? தெரியவில்லை.எனக்கு அப்படிக் கவிதை எழுதிப் பழக்கமில்லை என்றேன். நிஜமாகத்தான் சொன்னேன்.

இதுவரை யாரையும் வாழ்த்தியும் தூற்றியும் எழுதவே இல்லை. நிச்சயம் அவர் பழி தீர்த்திருக்கிறேன் என்று நினைத்திருப்பார். இயலாத ஒன்றை எழுதப்போய் வம்பில் மாட்டுவதைவிட இயலாது என்று ஒப்புக்கொள்வது வாத்சல்யம்.

அரசியல்வாதிகளுக்குச் சாமரம் வீசுவது இலேசுப்பட்ட காரியமா? அதற்கென்று பச்சோந்திக் கவிஞர்கள் நிறையப்பேர் இருக்கின்றார்கள்.

எனது 'வேட்டைக்குப்பின்' கவிதைத் தொகுதிக்குப்பின் கவிதை எழுதுவதை முற்றாக நிறுத்திவிட்டேன். நல்ல கவிதைகளைப் படிப்பதுடன் நின்றுவிடுவதுண்டு. பிற்காலங்களில் சிறுகதையில் மட்டுமே கவனம் குவித்துவந்தேன். அதுதான் எனக்கு இலகுவாக வசியப்படுகிறது. (கவிதையை இலகுவான கலை என்பவர்கள் மன்னிக்க வேண்டும்.)

'வேட்டைக்குப்பின்' என்றவுடன் அந்த தொகுதி தொடர்பான சில அனுபவங்கள் நினைவில் வந்து தொலைக்கின்றன. என்னை புத்தகம் போடும் அளவிற்கு வளர்த்துவிட்டது ஒருவரின் துரோகமே என்றால் ஆச்சரியமாக இருக்கும் இல்லையா?

46

1996ஆம் ஆண்டில் தினகரன் பத்திரிகையில் ஒரு விளம்பரம்.

'இளம் எழுத்தாளர்களுக்கு ஓர் அரிய சந்தர்ப்பம். 1000 ரூபாய் இருந்தால் போதும் நீங்களும் புத்தகம் போடலாம்.'

விளம்பரத்தைத் தந்தவர் அக்காலத்தில் *ஜம்ஆ* பத்தரிகையின் ஆசிரியர் பலப்பிட்டி அரூஸ் என்பவர். அதனைப் படித்துவிட்டு ஆயிரங்களையும் ஆக்கங்களையும் அனுப்பியவர்களில் நானுமொருவன். அச்சில் நமது படைப்பு தொகுப்பாக வெளிவருவ தென்றால் சும்மாவா? திருமணம் முடித்துப் பல வருடங்கள் கடந்தும் குழந்தைக்கு ஏங்கும் தம்பதிகள் போல் ஓர் எழுத்தாளின் ஏக்கம் பெரும்பாலும் 'தொகுதி போடல்' தானே!

நான் கொழும்பில் இருந்ததால் என்னைச் சந்திக்க விரும்புவதாக வேறு அரூஸ் அஞ்சலிட்டிருந்தார். ஒரு சனிக்கிழமை என்று நினைக்கிறேன். பலப்பிட்டிக்கு பஸ் ஏறிப்போய்விட்டேன். தென்னிலங்கைக்கான முதல் விஜயம் அது. சென்ற பின்புதான் அவரிடம் பலர் பணத்தைக் கட்டி ஏமாந்து நின்றது தெரிய வந்தது. எங்கள் கவிதைகளை டைப் செய்து புரூப் பார்க்க மட்டும் தந்தார். புரூப் பார்க்கும்போதே புத்தகம் கையிலிருப்பதான மகிழச்சியில் திளைத்திருக் கின்றோம் என்பது வேறு விடயம்.

ஜாமிஆ நளீமிய்யாவின் மாணவர்கள் சிலர் கல்வி தொடர்பான நூல்களைத் தொகுப்பாக கொண்டுவர 6,000 ரூபாய்வரை கொடுத்திருந்தனர். இலக்கிய நண்பர்கள் பலரும் பணத்தையும் ஆக்கத் தினையும் கொடுத்திருந்தனர். நண்பர் மைக்கல் கொலின் திருகோணமலை தற்போது *மகுடம்* சஞ்சிகை ஆசிரியர். பஹீமா ஜஹான் போன்றோரும் இதில் அடக்கம்.

பணத்தையும் ஆக்கத்தையும் அனுப்பிவிட்டு எங்களுடைய புத்தகம் அச்சில் வரும் செய்தியை நண்பர்களிடம் பீற்றித்திரிந்ததில் வெறும் கேலி மட்டும்தான் ஈற்றில் மிஞ்சியது.

தான் நடாத்தும் *ஜம்ஆ* பத்திரிகைக்கு ஆயுள் சந்தா திரட்டியுள்ளார் என்பதைப் பிற்காலத்தில் அறிந்து அதிர்ச்சியடைந்தோம். ஆயிரம் ரூபாய் இழப்பு என்பது பெரிதல்ல. எம்மை நம்பவைத்து ஏமாற்றி மோசடி செய்தது மகா தவறு. அதற்காக அரூஸ் இன்றுவரை யாரிடமும் வருத்தமோ மன்னிப்போ கேட்டதாக இல்லை.

ஏமாற்றிப் பிழைப்பவர்களிடமிருந்து அப்படியொரு நல்ல வார்த்தைகளை நாம் எதிர்பார்ப்பதும் கூடாதுதானே. இந்த மோசடி குறித்த எனது ஆதங்கத்தை 1997 ஜூன் 18ஆம் திகதி *சரிநிகரி*ல் இப்படி எழுதித் தீர்த்தேன் "புத்தகம் போடலியோ புத்தகம்!"

இப்போதும் சிலர் பதிப்பகம் நடாத்துகிறோம், புத்தகம் போடுகிறோம் என்று எழுத்தாளர்களை ஏமாற்றி அவர்களிடமிருந்து பணம் கறக்கும் இழி தொழிலைக் கச்சிதமாகச் செய்து வருகின்றனர்.

"என்ன சுகமா மச்சான்?" என்று கேட்பதை விடுத்து நண்பர்களும் தெரிந்தவர்களும் "கவிதப் புத்தகம் வந்திட்டா?" என்று நச்சரிக்கத் தொடங்கிவிட்டனர்.

புத்தகம் போட்டே ஆக வேண்டும் என்ற நிர்ப்பந்தம் எம்மை ஆட்கொண்டுவிட்டது. கையில் பணம் இல்லை. என்ன செய்ய? யோசித்துப் பார்த்தேன். 1000 புத்தகம்போட 24,000 ரூபாய் கேட்டார்கள். அப்போது கள் எலியாவில் பணிபுரிந்து கொண்டிருந்தேன். திஹாரியில் இருக்கும் அங்கவீனர் நிலையம் நடாத்தும் அச்சகத்தில் புத்தக வேலைகளைப் பாரம் கொடுப்பதென்று தீர்மானித்தாயிற்று. கள் எலிய சியாத் மாஸ்ரரின் நண்பர் ஜெம்சீத் ஆசிரியர்தான் திஹாரியில் அச்சகத்திற்குப் பொறுப்பாக இருந்தார். சியாத் மாஸ்ரர் மூலம் அச்சகத்தில் புத்தகத்தைக் கொடுத்து அட்வான்சும் கொடுத்தேன். மிகுதிப்பணம் வேண்டுமே. அக்காலத்தில் சம்பளம் வெறும் 6000 ரூபாய் இக்காலத்தில் அது 60,000 ரூபாய்க்குச் சமன்.

உம்மா எனது பதற்றத்தைப் பார்த்துவிட்டுக் கழுத்தில் கிடந்த ஒரு மாலையை விற்றுவிட்டு, பத்தாயிரம் தந்தார்கள். புத்தகம் போட்டாயிற்று. இது முதல் பிரசவம். அடைந்த ஆனந்தத்திற்கு அளவே இல்லை. அது திருப்தியாக விற்றுத் தீர்ந்தது.

47

இலங்கையின் கொடூர யுத்தத்தில் செத்து மடிந்த அல்லது பாதிப்படைந்த தமிழ் முஸ்லிம்களின் உள்ளக் குமுறல்களின் தொகுப்பாக அந்தத் தொகுதி வெளிவந்து பரபரப்பாகப் பேசப்பட்டது. என்னை இந்த அளவிற்கு எழுதத் தூண்டிய எழுத்தாளர் எஸ்.எல்.எம். ஹனீபாவுக்கு அதனைச் சமர்ப்பித்திருந்தேன்.

'எரி நெருப்பிலிருந்து' நூல் வெளியீட்டு விழாவுக்கு இலக்கிய ஜாம்பவான்கள் பலர் கலந்து சிறப்பித்திருந்தனர். குறிப்பாக பேராசிரியர் கா. சிவத்தம்பி, செ. யோகராசா, சித்திரலேகா மௌனகுரு போன்ற ஆளுமைகளின் பிரசன்னத்துடன் அந்த விழா ஓட்டமாவடி பாளிகா பெண்கள் கல்லூரியில் 1996 அக்ரோபர் மாதத்தில் நடைபெற்ற இனிய கணங்களை நினைத்துப் பார்க்கிறேன்.

பின்னர் யாழ்ப்பாணத்திலும் சில இலக்கிய நண்பர்கள் 'எரி நெருப்பிலிருந்து' கவிதைத்தொகுதியை அறிமுகம் செய்தார்கள். நான் கலந்துகொள்ளவில்லை. அதற்குரிய காலமுமாக அது இருக்கவில்லை. அரூஸால் ஏமாற்றப்பட்டவர்கள் பிற்காலத்தில் நிறைய புத்தகங்களைப் போட்டிருக்கின்றார்கள் என்பது மகிழ்ச்சியான செய்தி.

இப்போது முதலில் போட்ட தொகுதியைப் பார்க்கின்றபோது அச்சுக்கலையும் புத்த ஆக்கப் பணியும் கண்டுள்ள அசுர வளர்ச்சி மலைக்க வைக்கின்றது. கடைசியாக வெளிவந்த (2008) என் சிறுகதை தொகுதியான 'உடைந்த கண்ணாடிகளில் மறைந்திருக்கும் குருவி' தமிழ்நாட்டில் 'அடையாளம்' பதிப்பகம் போட்டது. ஒரு சதமேனும் எனக்குச் செலவில்லாமல் இலாபமாய் வந்த தொகுதி. தொகுதிக்கான தலைப்பை நண்பர்களிடம் கலந்துரையாடியபோது 'உடைந்த கண்ணாடிகளில்

மறைந்திருக்கும் குருதி' என்று அனார் சொன்னார். அதுவே பொருத்தமானதாக இருந்தது. அப்படித்தான் டைப்செய்து மெயில் பண்ணினேன். கடைசியில் 'குருதி' 'குருவி' யாக மறுவி வந்துசேர்ந்தது. அதுவும் கதைகளுக்கு பொருந்தி வருகின்றது என்பதால் பேசாமல் விட்டு விட்டோம்.

முதல் தொகுதி போடுவதில் ஏற்பட்ட அனுபவத்தை வைத்துக்கொண்டு பிற்காலத்தில் ஏனைய தொகுதிகளை மிகச் சிறப்பாகவும் நுணுக்கமாகவும் செய்துமுடித்தேன். அச்சுக்கலையின் நெளிவு சுளிவுகளை இலேசில் கற்றுக்கொள்ளவும், பிறரின் புத்தகங்களை அழகுற அச்சிடவும் இயலுமான அனுபவத்தை இந்தத் துறை எனக்குக் கற்றுத்தந்தது.

எனது இரண்டாவது நூல் 'தப்லீக் அன்றும் இன்றும் – பாகம் 01'. என் எழுத்துலக வாழ்வில் கசப்பான அனுபவங்களையும் உயிர் அச்சுறுத்தலையும் எதிர் கொள்ள வைத்த புத்தகம்.

இதனைக் கொழும்பில் அச்சிட்டேன். அச்சகம் செல்லாமல் ஆலோசனைகளைக் கொடுத்து ஒரு அறையில் இருந்தபடி மிக இரகசியமாக வெளிவந்த நூல். நூலின் கருத்துகள் நடு நிலைமையாக இருந்தாலும் அதனை ஜீரணித்துக்கொள்ளாத ஒரு சிலரின் வன்முறை கருத்துச் சுதந்திரத்திற்கு எதிராக மிக மோசமான விளைவுகளை ஏற்படுத்தியது.

எனது தலைக்குப் பத்து இலட்சங்கள் விலை பேசப்படுகின்ற அளவிற்கு அந்தப் புத்தகத்தில் எதுவும் இல்லை என்பது நாடறிந்த விடயம். என்றாலும் கம்பஹா மாவட்டத்தில் ஒரு ஜும்ஆப் பள்ளிவாயலுக்கு முன் நின்றுகொண்டு ஒருவர் 'இந்தப் புத்தகத்தை எழுதியவரின் தலையைக் கொண்டுவந்தால் பத்து இலட்சம் தருவேன்' என்ற பகிரங்கமாகக் கூறும் அளவிற்கு எனது தலைக்குள் என்ன தங்கமா தேங்கி நின்றது.

சிந்தித்துப் பார்க்கையில் இந்தச் சமூகத்தின் மாற்றுக் கருத்துகளை உள்வாங்கும் பக்குவம்பற்றி இப்போதும் எனக்கு நல்ல அபிப்பிராயம் கிடையாது. தன்னை ஒருவன் விமர்சிக்கும்போது அதனை உள்வாங்கிச் சீர்திருத்தம் பெறும் மனப்பாங்கு என்பது எளிதில் வாய்த்து விடுவதில்லை. மேற்படி நூல் மூன்று பதிப்பு களைக் கண்டது. குறுகிய காலத்தில் பல்லாயிரம் பிரதிகள் விற்கும்படி என் எதிராளிகளின் பிரச்சாரமே காரணமாயிருந்தது.

48

அதன் தொடர்ச்சியாக 'தஸ்லீம் தொகுப்பு குர்ஆனுக்கு எதிரானதா?' எழுதினேன். இதுவும் பல பதிப்புகள் கண்டது. அனேகரின் வேண்டுகோளுக் கிணங்க 'தப்லீக் அன்றும் இன்றும்', 'தஸ்லீம் தொகுப்பு குர்ஆனுக்கு எதிரானதா?' இரண்டையும் ஒருங்கே சேர்த்து பிற்காலத்தில் ஒரே தொகுப்பாக வெளியிட்டேன்.

கவிதை, சிறுகதை இரண்டு துறைகளிலும் கவனம் செலுத்திக்கொண்டு இலக்கியப்பயணம் செய்வதை விடுத்து ஒரு துறையை மட்டும் தேர்ந் தெடுப்பது என்ற முடிவில் கவிதைக்கு முழுக்குப் போட்டேன். இடறிவிழுந்தால் ஒரு கவிஞரில்தான் விழ வேண்டும் என்ற நிலையிலுள்ள இலக்கிய வீதியில் நாம் கவிதை எழுதாமல் விடுவதனால் ஈழத்து இலக்கிய உலகு அப்படி ஒன்றும் பெரிய இழப்பைச் சந்திக்கப்போவதில்லை. 'எரி நெருப்பி லிருந்து' தொகுதிக்குப்பின் எழுதிய கவிதைகளை ஒன்றுதிரட்டி 'வேட்டைக்குப்பின் . . .' கொண்டு வந்தேன். அதற்கு முதல் 'நினைந்தழுதல்' என்னும் சிறுகதைத்தொகுதி வெளிவந்தது.

மு. பொன்னம்பலத்தின் முன்னீட்டுடன் வந்த அந்தத் தொகுதிக்கும் நல்ல வரவேற்பிருந்தது. தமிழ் நாடு கலை இலக்கியப்பெருமன்றத்தின் விருதும் இலங்கையில் விபவி இலக்கிய விருதும் இந்த நூலுக்கு கிடைத்தது.

விபவி விருது கிடைத்தது ஒரு சுவாரஸ்யமான கதை. எனது கொழும்பு அலுவலகத்தில் கடமையி லிருந்த ஒரு காலைப்பொழுது அஸ்ரப் சிஹாப்தீன் தொலைபேசியில் வந்தார். "அறபாத் உங்களின்ற தொகுதியும் விருதுக்கு தெரிவாகியிருக்கு, இன்டைக்கு விழாவுக்கு ஏன் வரவில்லை" எனக் கேட்டார். "எனக்கு தெரியாதே" என்றேன். அப்படியானால் உடனே புறப்பட்டு வாருங்கள் என்றார். ஜோன் டி சில்வா அரங்கில் அந்த விருது வழங்கும் நிகழ்வு

நடைபெற்றுக்கொண்டிருந்தது. மறைந்த கவிஞர் நண்பர் ஏ.ஜி.எம். ஸதகாவும் அவருடைய கவிதைத் தொகுதியான 'போர்க்கால கவிதைகள்' தொகுதிக்கு விருது பெற வந்திருந்தார். சில விருதுகள் இப்படியும் கிடைத்திருக்கின்றன. சில விருதுகள் தெரிவு செய்யப்பட்ட பின்பும் வழங்கப்படாமலும் போயிருக்கின்றன.

விபவி, சுதந்திர இலக்கிய விழா விருதுகள்பெற்ற 'நினைந்தழுதல்' சிறுகதைத்தொகுதி இனப்பிரச்சினையின் மையங்கள் குறித்தும் சிறுபான்மையினரின் வாழ்வுரிமை ஸ்திரமின்மை குறித்தும் உக்கிரமாகப் பேசியது.

நான் சொல்லவந்தது 'வேட்டைக்குப்பின்' தொகுதி தொடர்பான அனுபவத்தை. தொகுதியை யாருக்குச் சமர்ப்பிக்க லாம் என்று யோசித்துக்கொண்டு சில மாதங்கள் கடத்தியிருக் கிறேன். புலி எதிர்ப்புக் கவிதைகள் அதில் அதிகம் காணப்படுகின்றன.

புலிகளின் பச்சோந்தித்தனத்தைத் தோலுரித்துக் காட்டும் இந்தத் தொகுதியை அவர்களையும் அவர்கள் போராட்டத்தையும் நம்பி மோசம் போன முஸ்லிம் சமூகத்தின் இளைஞர்களுக்கு இதனை அர்ப்பணம் செய்வது என்று தீர்மானித்தேன். புலிகளால் கொல்லப்பட்ட புலிகளுக்கு, அல்லது முஸ்லிம்களுக்கு, இளைஞர்களுக்கு என்றெல்லாம் வாக்கியங்களை மாற்றி மாற்றிப் போட்டுப் பார்த்தேன். திருப்பதியளிக்கவில்லை. அப்படியே கிடப்பில் போட்டுவிட்டுச் சுற்றித் திரிந்தேன். மனசுக்குள் பொருத்தமான வாக்கியங்கள் பொறியாக ஓடிக்கொண்டு சிக்கமாட்டேன் என்று விடுப்புக்காட்டியது.

ஒரு மாலையில் நண்பர் நழீமை சந்திக்க அவர் அறைக்குச் சென்றேன். புத்தக வேலைகள் முடிந்துவிட்டதா என்று அக்கறையுடன் விசாரித்தார். எனது அவஸ்தையைச் சொல்லி இப்படியெல்லாம் எழுதியிருக்கிறேன்; ஒன்றும் பொருத்தமானதாகத் தெரியவில்லை என்றேன். "புலிகளால் சஹீதாக்கப்பட்ட புலிகளுக்கு... என்று யோசித்துப் பாருங்கள்" என்றார். மூடிக்கிடந்த பனிமூட்டம் கரையத்தொடங்கியது. பலமுறை எழுதியும் வாய்விட்டு வாசித்தும் பார்த்தேன். மிகமிகப் பொருத்தமாய் இருந்தது. அடுத்த வாரம் புத்தகம் வந்துவிடும் என்றேன் சந்தோசத்தில். நண்பர் சினாஸ் முஹம்மதின் கைவண்ணத்தில் நழீமின் ஓவியங்களுடன் புத்தகம் வெளிவந்தது. மிகுந்த அவதானமும் சிரத்தையும் எடுத்து இந்தத் தொகுதியை வெளிக்கொணர்ந்தேன்.

'எரி நெருப்பிலிருந்து' கவிதைத்தொகுதி வெளிவந்தபோது பாராட்டித் தட்டிக்கொடுத்தவர்கள் 'வேட்டைக்குப்பின்' கண்டதும் என்னைப் பிய்த்துக்குதறி எடுத்தனர்.

49

ஒரு மாலைப்பொழுது வெள்ளவத்தை ரோயல் தனியார் வைத்தியசாலை வீதியில் நடந்து கொண்டிருந்தேன். அன்றைய தினம் நான் பணிபுரிந்த அலுவலகத்தின் மூலம் கண் சத்திர சிகிச்சை இலவச முகாம் ஒன்று நடைபெற்றுக்கொண்டிருந்தது. ரோயலில்தான் தியேட்டர் ஏற்பாடு. அந்தப் பணிகளை முடித்து விட்டுத் திரும்பிய போதுதான் மு. பொன்னம்பலத்தைச் சந்தித்தேன். 'நினைந்தழுதல்' கதைத்தொகுதிக்கு ஆழமான நடுநிலையான விமர்சனத்தை தந்தவர். அவரின் முன்னீட்டுடன் அது வெளிவந்தது. அந்நாட்களில் என்னை மேலும் சில நல்ல கதைகள் எழுத உற்சாகப்படுத்தியது. முன்னீட்டைப் பெற்றுக்கொள்ள வெள்ளவத்தையில் இருக்கும் அவர் வீட்டிற்கு அடிக்கடி சென்றிருக்கிறேன். வீட்டிலுள்ளவர்களிடம் என்னைப் பாசமாக அறிமுகப்படுத்திய மனிதர். கள்ளம்கபடமின்றி பழகிக்கொண்டிருந்தவர்.

'வேட்டைக்குப்பின்' படித்த கடுப்பில் இருந்ததை நான் அறியேன்.

நானே முந்திக்கொண்டு "வணக்கம் ஐயா" என்றேன்.

பதிலுக்கு வணக்கம் செத்தழிந்து வந்தது.

பின் காட்டமாக என்னை நோக்கிச் சத்தமிட்டார்.

"நீர் எங்கட போராட்டத்த சாபமிட்டிருக்கிறீர், எங்கள கொச்சப்படுத்தியுள்ளீர். இதன நீர் எழுதி யிருக்ககூடாது. விடுதலைப்போராட்டம் சாகாது" என்றார்.

நான் ஆடிப்போய்விட்டேன். நெஞ்சில் பூத்து நின்ற பூஞ்செடி அனல் காற்றில் கருகி மணப்பதை என் நாசியில் உணர்ந்தேன். சிகரத்தின் உச்சியில் இருந்த மு.பொ. திடீரென என் காலடியில் சிதறி

விழுந்து நொறுங்கிப்போவதை வேதனையுடன் பார்த்துக் கொண்டிருந்தேன்.

அவர் சாபமிட்டதாய் என்னைச் சபித்த அந்தக் கவிதையின் வரிகள் மீண்டும் 'நியோன் விளக்குகளாய்' கண்ணிலும் எண்ணத்திலும் மின்னத் தொடங்கின. இதில் எங்கே இருக்கிறது தவறு. என் இனத்திற்குத் துரோகம் செய்தவர்களை என்னால் எதிர்க்க முடியவில்லை. அடிக்க முடியவில்லை. குறைந்தபட்சம் மனம் வெதும்பி என் ஆதங்கத்தைச் சொல்லவுமா இயலாது?

இதுதான் மு.பொ.வின் நெஞ்சில் தீயை மூட்டிய கவிதை.

சாபம்

காற்றின் துவர்ப்பு
நுணி நாவில் கரைகிறது.
விழியமுத உவரலைகள்
நெஞ்சின் மேல் வாரியடித்தன பெருங்குரலாய்.

ஏன்ன செய்தீர் வீரர்காள் என்னினத்தானை
அத்தாங்கு கொண்டள்ளி
சுடு மணலில் கொட்டி மீன்களென
வெடி குண்டு கொண்டல்லோ
குழியிட்டு மூட வைத்தீர்.

கடலின் அந்தரத்தில்
பிரலாபித்ததெம் ஆத்மா.
சாவெனும் தீ மூட்டி எம்முயிரை கொன்றொழித்தீர் வீரர்காள்
கொன்றொழித்தீர்.

சக மொழி பேசுவோனை
சக தேசத்தானை
ஏனங்கு குறி வைத்தீர்?

வரி தந்தோம் (தருகிறோம்)
நீவீர் பயந்தொதுங்கி வந்த போது இடம் தந்தோம்.
உயிர் தந்து விடுதலைக்காய் உருக்குலைந்தோம்
எமக்கென நீர் எது தந்தீர் வீரர்காள்?

இதோ
அநீதி இழைக்கப்பட்ட என்னினத்தானின் சாபம்
உமை நோக்கி எழுகிறது.
நிச்சயம் ஓர் நாள் அது
உம் விடுதலையைப பொசுக்கும்.

2002ஆம் ஆண்டு எழுதிய கவிதை *யாத்ரா*வில் பிரசுரம் பெற்றதாக ஞாபகம். தொகுப்பு 2004 ஆகஸ்ட்டில் வெளிவந்தது.

கவிதைத்தொகுதிக்கான விமர்சனங்கள் பரவலாக வெகுஜனப் பத்தரிகைகள் இலக்கியச் சஞ்சிகைகளில் எதிரும்புதிருமாக வெளிவந்தன. 2005 ஆகஸ்ட் 14 தினக்குரலில் யதீந்திரா

என்பவர் 'எதிர்ப்புக்கவிதைகள் தொடர்பாக ஓர் அரசியல் புரிதல்' அறபாத்தின் 'வேட்டைக்குப்பின் கவிதைத்தொகுதிப்பை முன்னிறுத்தி' என்ற தலைப்பில் அரைப்பக்கக் கட்டுரை ஒன்றை எழுதியிருந்தார்.

அதிலிருந்து சில பத்திகள் ...

1980க்குப்பின்னர் முக்கியம்பெற்ற சேரன் போன்ற கவிஞர்களும் எதிர்ப்பு இலக்கியக் கர்த்தாக்களாகக் கொண்டாடப்படுகின்றனர். இந்த அடிப்படையில்தான் அறபாத்தின் புலி எதிர்ப்புக்கவிதைகளும் இலகுவாக எதிர்ப்புக்கவிதைகள் என்ற அந்தஸ்தைப் பெற்றுவிடுகின்றன. இனி அறபாத்தின் தொகுப்பிற்கு வருவோம். அறபாத் ஒரு முஸ்லிம சமூகத்தைச் சேர்ந்தவர் என்பதை மனதில் இருத்தியே இந்தத் தொகுப்பு பற்றிய எனது மனப்பதிவுகளை வெளிப்படுத்த முயல்கிறேன்.

இந்த தொகுப்பில் 37 கவிதைகள் உள்ளன. இரண்டு கவிதை களை தவிர மற்றைய அனைத்தும் தமிழ் மேலாதிக்கத்தால் முஸ்லிம் சமூகம் எதிர்கொண்ட நெருக்குவாரங்களைச் சொல்வதாக புனையப்பட்டுள்ளது. ஆனால் அறபாத் தனது தொகுப்பை புலிகளால் 'ஷஹீதாக்கப்பட்ட புலிகளுக்கு' என சமர்ப்பணம் செய்திருப்பதன் மூலம் அறபாத் பூடகமான ஒரு அரசியலைச் சொல்லிவிட்டார்.

விடுதலைப்புலிகளை முஸ்லிம் சமூகத்தின் பிரதான எதிரிகளாகச் சித்திரித்துவிடுகிறார். இப்படியே புலிகளுக்கு எதிராக எழுத வேண்டும் என்ற அறபாத்தின் நீண்டநாள் அடங்கா வெறி ஓரளவு 'வேட்டைக்குப்பின்' மூலம் தணிந்திருக்கக்கூடும்.

இன்னொரு இனத்தின் பல தியாகங்களால் பரிணமித்த விடுதலை இயக்கத்தைக் கொச்சைப்படுத்த முயலும்போது ஒரு கவிஞனின் மனசாட்சி இறந்து விட்டது என்பதை அறபாத் புரிந்துகொள்ள வேண்டும்.

இந்தத் தொகுப்பிலுள்ள கவிதைகளின் பொது நிலை அரசியல் விடுதலைப்புலிகளை முஸ்லிம் மக்களுக்கு எதிரான அமைப்பு எனும் கருத்து நிலையை முன்னிறுத்தும் நோக்கிலானதாகும். என்னளவில் நான் இந்த தொகுப்பை முற்றிலுமாக நிராகரிக்கின்றேன்.

50

இப்படி அந்த எதிர்ப்பு நீண்டு செல்கின்றது.

யதீந்திரா போன்ற புலி அபிமானிகளின் பார்வையில் புலிகள் நல்லவர்கள். அவர்கள் மனம் நோக ஒரு 'அ'கூட எழுதிவிடக்கூடாது. மற்ற இனத்தின் மீது என்னதான் அத்துமீறல் செய்தாலும் அதனை வாய் பொத்திக் கைகட்டிப் பார்த்திருக்க வேண்டும். இதனை மீறுபவர்கள் புலி எதிர்ப்பாளர்கள்; தேசத்துரோகிகள்.

யதீந்திரா போன்றவர்களிடம் நான் கேட்பது ஒன்றுதான் 30 வருடப் போராட்டத்தில் தமிழ் மக்களுக்குப் புலிகள் பெற்றுக்கொடுத்த தீர்வு என்ன?

என்னிடம் இருக்கும் மனப்பதிவு பல்லாயிரக் கணக்கான தமிழ்மக்களின் உயிர்கள் காவு கொள்ளப் பட்ட பின்பும், மனநோயாளியாக மாற்றப்பட்ட பின்பும், அங்கவீனர்களாக ஆக்கப்பட்ட பின்பும், சொத்தழிவுகள் ஏற்பட்ட பின்பும், மக்கள் அலைந்துழந்து நிம்மதியிழந்த பின்பும் நீங்கள் பெற்றுக்கொண்டது ஒரு முன்னாள் முதலமைச்சர், ஒரு அரை அமைச்சர். இப்போது ஒரு முதலமைச்சர்.

பேரினவாத்தின் ஓங்கிய கரங்களை மடக்க முடியாத இவர்களால் இன்னும் தமிழ் மக்களின் பிரகாசம் ஜொலிக்கின்றது என்ற சிலரின் கனவுகள் பலிக்க நானும் யதீந்திரா போன்றவர்களுடன் இணைந்து பிரார்த்திக்கிறேன். அது நிற்க.

நினைவில் மலர்ந்த மலர்கள் உங்கள் விழிகளில் மருந்தாகி, சில நேரம் விருந்தாகி இதயங்களைத் தொட்டுச்சென்றிருக்கும். இந்தப் பத்தியை எழுத ஆரம்பித்தபோது எங்கே ஆரம்பித்து எப்படி முடிப்பது என்ற அச்சம் எனக்குள் இருந்தது. எழுத ஆரம்பித்தபோது விடயங்கள் வெள்ளம் போல்

மடை திரண்டபோது எப்படி முடிப்பது என்ற அச்சம் பின்னெழுந்தது யதார்த்தம்.

தோண்டத்தோண்ட நினைவின் பெட்டகத்திற்குள்ளிலிருந்து புதையல்கள் வந்து கொண்டே இருக்கின்றன. அதனைத் தொட ஆரம்பித்தால் முடிவுறாமல் போய்க்கொண்டே இருக்கும். சொல்ல மறந்த கதைகள் எத்தனையோ இடையில் வந்து போய்விட்டன. அவற்றையெல்லாம் சொல்லிவிட முடியவில்லை.

இன்னும் பல நூறு கதைகள் துரோகம், ஏமாற்றம், துயரம், மகிழ்ச்சி என ஊஞ்சலில் ஆடக் காத்திருக்கின்றன. இந்தப் பத்தியில் வந்த சில திகிலூட்டும் விடயங்களை நிஜமா என வியந்தும் ஐயமுற்றும் நண்பர்களில் சிலர் கேட்கின்றனர். எல்லாக் கதைகளும் நிஜத்திலிருந்து பிறந்தவை. கற்பனைக்கு இதில் இடமில்லை. ஒரு சமூகத்தின் கலை கலாச்சார அரசியல் வரலாற்றினை எனக்குத் தெரிந்த மொழியில் சொல்லியிருக்கிறேன். எனக்கு பட்டுக்கோட்டை பிரபாகர் போல் மர்மங்களைச் சொல்லி பயமுறுத்தும் தைரியம் கிடையாது. அல்லது நமது ஈழத்தில் தற்போது எழுதிக்கொண்டிருக்கும் சில ரமணி சந்திரன்களைப்போல் திகிலூட்டவும் வராது.

என்னுடைய பெரும்பாலான கதைகள் என் அனுபவத்தில் வெளிப்பாடு. அது போர்க்காலமாகட்டும், அல்லது தனிநபர் அறம், உணர்வுசார் அம்சமாகட்டும், எதுவாகினும் அதன் பின்புலத்தில் என் மூன்றாவது கண்ணும் நுழைந்திருக்கும்.

வறுமை, அச்சம், உயிர்ப்பயம், அகதி வாழ்வு, சுகபோகம் என எல்லா வாழ்வையும் அனுபவித்திருக்கிறேன். குடிசைக்கொட்டிலில் 'டேஸ்ட் கிழங்கு'ம் 'பாபத் அவியலு'ம், ஐந்து நட்சத்திர ஹோட்டல்களில் உயர்ரக உணவும் ருசித்துப் பார்த்திருக்கிறேன். கஞ்சிக்கே வழியில்லாமல் இளமையில் துடித்தும் இருக்கிறேன். ஒரே ஆடையில் ஒரு வருடம் பள்ளிக்கூடம் பொதுநிகழ்ச்சி என்று கந்தையாயினும் கசக்கிக் கட்டியிருக்கிறேன். விதம் விதமாய் ஆடைகள் அணிந்தும் பார்த்திருக்கிறேன்.

வீடற்று அலைந்ததும் குதூகலம் நிறைந்த வீட்டில் வாழ்வதும் என இரண்டு தருணங்களை வாழ்வில் இறைவன் எனக்கு தந்திருக்கின்றான். துன்பமும், இன்பமும் என்னளவில் அல்லாஹ்வின் சோதனை. அதில் துவண்டு விடாமல் பின்னயதில் துய்த்துவிடாமல் வாழ்ந்தால் வாழ்க்கை சமநிலையாக ஓடும்.

எழுத்துக்கும் வாழ்வுக்கும் இடையில் சத்தியத்தைப் பேண நினைக்கிறேன். அதைப் பின்பற்றியொழுகவும் செய்கிறேன்.

ஆணவம், அகம்பாவம், வித்துவச்செருக்கற்ற படைப்பின் மூலம் சமூகத்திற்குப் பல விடயங்களைச் சொல்லியிருக்கிறேன். இது எனது இரட்சகன் எனக்குத் தந்த அருட்கொடை.

வாழ்வில் எல்லா நிலைகளிலும் அவனின் அருட்கொடைமீது அளவில்லா நம்பிக்கை கொண்டுள்ளேன். எழுத்தாளன், திருடனாக, கொலைகாரனாக, ஏமாற்றுபவனாக, பொய் சொல்பவனாக, போட்டுக்கொடுப்பவனாக, ஊழல்மிகு வாழ்க்கைக்குச் சொந்தக்காரனாக, ஏய்த்துப் பிழைப்பவனாக இருப்பதைவிட அவன் பிச்சை எடுப்பது மேல் என்பது எனது கொள்கை.

இந்தத் தொடரைத் தொடராகப் படித்து என்னை ஊக்கப்படுத்திய ஆலோசனை சொன்ன நண்பர்களுக்கும் வாசகர்களுக்கும் இதனைப் பிரசுரித்து உதவிய *எங்கள் தேசத்தின்* ஆசிரிய குழாத்தினருக்கும் நான் ஆடிய ஊஞ்சலின் கயிறுகள் அறுந்துவிடாமல் என்னைக் கரை சேர்த்த இறைவனுக்கும் பல கோடி நன்றிகள்.

இனி ஊஞ்சல் நிற்கும்.

* 9 7 8 9 3 8 6 8 2 0 2 8 0 *

FCW - #0138 - 061026 - C0 - 216/140/9 - PB - 9789386820280 - Matt Lamination